തിരിച്ചുവരാത്ത
യാത്രക്കാരിൽ ചിലർ

Thirichuvaratha Yathrakkaril Chilar
Poems

Aji Devayani

CHINTHA PUBLISHERS
Thiruvananthapuram

First Edition
December 2023

Published & Typesetting
Chintha Publishers, Thiruvananthapuram

Printed at
Repro India Ltd, Mumbai

Cover Design
Vinod Mangoes

ISBN : 978-93-94753-31-0

CO - 3416 / 6802

Email: chinthapublishers@gmail.com
Website: www.chinthapublishers.com

A version is available at National Libraries
Kolkata, Mumbai, Chennai and Delhi

Distribution
DESHABHIMANI BOOKHOUSE
H O Thiruvananthapuram 695035

Branch
Head Office Kunnukuzhi • Statue Thiruvananthapuram
KSRTC Bus Terminal Thampanoor • Saphalyam Complex Thiruvananthapuram
KSRTC Bus Station Alappuzha • KSRTC Bus Station Ernakulam
Machingal Lane Thrissur • IG Road Kozhikode
Mavoor Road Kozhikode • NGO Union Building Kannur
Central Bus Terminal Complex Thavakkara Kannur

തിരിച്ചുവരാത്ത യാത്രക്കാരിൽ ചിലർ

അജി ദേവയാനി

ചിന്ത പബ്ലിഷേഴ്സ്
തിരുവനന്തപുരം-695 035

അജി ദേവയാനി (ഡോ. അജികുമാരി ടി)

പത്തനംതിട്ട ജില്ലയിലെ അടൂർ പറക്കോട് പട്ടത്തയ്യത്തു വീട്ടിൽ ജനനം. അച്ഛൻ : എം തങ്കപ്പൻ, അമ്മ : കെ സി ദേവയാനി.

കൊല്ലം എസ് എൻ കോളേജ്, തിരുവനന്തപുരം വിമൻസ് കോളേജ്, കേരള സർവ്വകലാശാലയിലെ ലൈബ്രറി ആന്റ് ഇൻഫർമേഷൻ സയൻസ് വിഭാഗം എന്നിവിടങ്ങളിൽ പഠനം. കേരള സർവ്വകലാശാലയിൽനിന്നും യൂണിവേഴ്സിറ്റി ലൈബ്രേറിയനായി വിരമിച്ചു. ഇപ്പോൾ ഇൻസ്റ്റിറ്റ്യൂട്ട് ഓഫ് മാനേജ്മെന്റ് ഇൻ ഗവൺമെന്റ് (IMG) ലൈബ്രറി കൺസൾട്ടന്റായി സേവനമനുഷ്ഠിക്കുന്നു. 2018 ൽ അജി രാജൻ എന്ന തൂലികാ നാമത്തിൽ *മഴ മരം പെയ്യുമ്പോൾ* എന്ന കവിതാ സമാഹാരം ചിന്ത പബ്ലിഷേഴ്സ് പ്രസാധനം ചെയ്തു. ആനുകാലികങ്ങളിൽ കവിതയും ലേഖനങ്ങളും എഴുതുന്നു.

ജീവിത പങ്കാളി	:	ഡോ. രാജൻ കണക്കർ
മകൻ	:	ബോബി രാജൻ
വിലാസം	:	കബനി കെ എസ് റോഡ് കോവളം പി ഒ, തിരുവനന്തപുരം
ഫോൺ നം	:	9447495078

ഉള്ളടക്കം

ഒരു കവി സ്ത്രീകളെ വായിക്കുന്നു
പ്രദീപ് പനങ്ങാട് 9
മുഖമൊഴി 15
മാഞ്ഞുപോയവൾ 19
അവൾ 21
വേട്ടക്കാർ 23
തിരിച്ചുവരാത്ത യാത്രക്കാരിൽ ചിലർ 25
അഗ്നി 27
പെണ്ണ് 29
ഇന്ദ്രജാലം 31
നൊമ്പരത്തിരപ്പൂക്കൾ 33
ഭ്രാന്തുപൂക്കും വീടകങ്ങൾ 35
കെണി 37
നൊമ്പരച്ചിമിഴ് 39
കൂട്ട് 40
ചുവന്ന ഇലകൾ 42
വേദനമാപിനി 44
കൺകെട്ട് 46
എന്നിട്ടും നീ 48
ആഴം 50
പച്ചിലപ്പന്തൽ 52
പിൻവിളി 54
അപരിചിത 55

കാടെഴുത്ത്	56
അമ്മ	58
എനിക്കായൊരുമഴ	60
കാത്തിരിപ്പിന്നൊടുവിൽ	62
ബാക്കിപത്രം	64
ലയം	65
മകൾ	67
യാത്ര	69
സൂര്യതന്ത്രം	71
മാർജ്ജാരം	72
രാത്രി	74
കാത്തിരിപ്പ്	76
ആരായിരുന്നു?	78
പുനർവായന	80
വടുക്കൾ	82
കരകൗശലം	83
അനുബന്ധം	
കനലിലൂടെയുള്ള പെൺനടത്തം	
ഡോ. ഐറിസ് കൊയ്ലോ	85

പ്രസാധകക്കുറിപ്പ്

സമകാലിക കേരളീയാനുഭവങ്ങളെ വിമർശനാധിഷ്ഠിത മായി വിശകലനം ചെയ്യുന്ന കവിതകളുടെ സമാഹാരം. അത്രമേൽ അരക്ഷിതമായ സാമൂഹ്യസന്ദർഭങ്ങളിലൂടെ യാണ് ഓരോ മനുഷ്യനും കടന്നു പോകുന്നതെന്ന് വിളിച്ച റിയിക്കുന്ന കവിതകൾ. അലങ്കാരങ്ങളോ ആർഭാടങ്ങളോ ഭാഷയുടെ സങ്കീർണ്ണമായ പ്രയോഗങ്ങളോ ഇല്ലാതെ എഴു തപ്പെട്ട ഈ കവിതാ സമാഹാരം കാവ്യാസ്വാദകർക്കായി സമർപ്പിക്കുന്നു.

ചിന്ത പബ്ലിഷേഴ്സ്

സമർപ്പണം

പരിമിതമായ ഭൗതിക സാഹചര്യങ്ങൾക്കിടയിലും പ്രാരാബ്ധങ്ങളുടെ കുത്തൊഴുക്കിൽ ആടിയുലയാതെ, കടമകളുടെ വേലിയേറ്റത്തിൽ ദിശ തെറ്റാതെ ജീവിതത്തോണി തുഴഞ്ഞുതുഴഞ്ഞ്, അക്കങ്ങളും അക്ഷരങ്ങളും മുറതെറ്റാതെ ചൊല്ലിപ്പഠിപ്പിച്ച്, തലയുയർത്തി നടക്കാനും സ്വതന്ത്ര വ്യക്തിയായി ജീവിക്കാനും ശാന്തമായ മറുകര കാട്ടിത്തന്ന അച്ചാച്ചനും അമ്മയ്ക്കും സ്നേഹപൂർവ്വം സമർപ്പിക്കുന്നു.

അവതാരിക

ഒരു കവി സ്ത്രീകളെ വായിക്കുന്നു

പ്രദീപ് പനങ്ങാട്

കവിത അനുഭവങ്ങളുടെ സാദ്ധ്യതയാണ്. ധ്യാനവും ധ്വനിയുമാണ്. അകത്തേക്കും പുറത്തേക്കും തുറക്കുന്ന നിരവധി വാതിലുകൾ കവിതയ്ക്കുണ്ട്. അകത്തേക്ക് മാത്രം പോകുന്നവർ തിരയിളക്കങ്ങളുടെ ശബ്ദസഞ്ചയമാണ് കേൾക്കുന്നത്. പുറത്തേക്കിറങ്ങുന്നവർ കൊടുങ്കാറ്റിന്റെ ആരവമാണ് അനുഭവിക്കുന്നത്. ഏത് വഴിതുറക്കണമെന്ന സന്ദിഗ്ദ്ധതയാണ് ഒരു കവി നേരിടുന്ന മൗലിക പ്രതിസന്ധി. ഞാൻ എന്തിന് കവിത എഴുതുന്നു? എന്ന ചോദ്യമാണ് അതിന് ഉത്തരം കണ്ടുപിടിക്കാനുള്ള താക്കോൽ എന്ന് കരുതുന്നു. സ്വന്തം ജീവചരിത്രത്തിൽനിന്നും കാലത്തിന്റെ ആത്മസന്ദേഹങ്ങളിൽനിന്നും ചരിത്രത്തിന്റെ ശിലാശാസനകളിൽനിന്നും കിട്ടുന്ന ഇന്ധനമാണ് ആ താക്കോൽ തിരിക്കാൻ കവിയെ പ്രാപ്തമാക്കുന്നത്

അജി ദേവയാനി എന്തിന് കവിത എഴുതുന്നു? സാധാരണ സ്ത്രീജീവിതത്തിന്റെ ആവർത്തന ദിനരാത്രങ്ങളിൽനിന്നും മാറിസഞ്ചരിക്കാൻ തീരുമാനിക്കുന്നത് എന്തുകൊണ്ട്? കവിത എന്ന കലയെ ജീവിതകാമനകളിലേക്ക് ചേർത്തുപിടിക്കുന്നത് എന്തിനാണ്? നിരന്തരം അന്വേഷണങ്ങൾക്കും ചിന്തകൾക്കും വഴി തുറന്നിടുന്നത് എന്ത് ബോദ്ധ്യത്തിലാണ്? ഈ കവിതാസഞ്ചയികയുടെ മുന്നിലിരിക്കുമ്പോൾ സ്വയം വിടർന്നുവന്ന ചോദ്യങ്ങളാണിത്. വർത്തമാനകാലത്ത് ജാഗ്രതയോടെ ജീവിക്കുകയും സമൂഹത്തോട് നിരന്തരം സംവദിക്കുകയും സഹജീവികളോട് പാരസ്പര്യം പുലർത്തുകയും ചെയ്യുന്ന ഒരാൾക്ക് കവിത എന്ന മാധ്യമത്തിന്റെ കാരുണ്യം അനിവാര്യമാണ്. സർഗ്ഗാത്മകതയുടെ മൗലിക ചോദനകൾ പേറുന്ന ഒരാളുടെ ഇത്തരം പ്രതികരണങ്ങൾ സ്വാഭാവികവും നൈസർഗ്ഗികവുമാണ്. കവിത കലാപവും കാലാന്തര സംവാദവും

ആകുന്നത് ഇങ്ങനെയാണ്. അജി ആഹ്ലാദവും അസ്വസ്ഥതയും പ്രതികരണവും പ്രകാശവും ധ്യാനവും ദീപ്തിയും കണ്ടെത്തുന്നത് കവിതയിലാണ്.

അജിയുടെ ആദ്യ സമാഹാരം *മഴ മരം പെയ്യുമ്പോൾ*, ആത്മഗീതങ്ങളുടെ സമാഹാരമാണ്. ജീവിതത്തിനുള്ളിലെ അഭിനിവേശങ്ങളും കാമനകളും കാഴ്ച്ചാന്തരങ്ങളുമാണ് അത് പ്രകാശിപ്പിക്കുന്നത്. ജീവിതത്തിലേക്കുള്ള അകംവാതിലുകൾ നിരന്തരം തുറക്കുകയാണ്, അനുഭവിപ്പിക്കുകയാണ്. പ്രണയത്തിന്റെ ഭാവനാഭൂപടങ്ങളിൽ, സ്വപ്നത്തിന്റെ ജീവിത ശില്പങ്ങൾ നിർമ്മിക്കുകയാണ്. അജി എഴുതുന്നു, 'കാലങ്ങളായി എന്നോടൊപ്പം നടക്കുന്ന എന്നിലെ പ്രണയം, ആരോടെന്നും എന്തിനോടെന്നും അറിയാതെ ഒരനുഭവം മാത്രമായി എന്നിൽ നിറയുന്ന പ്രണയം. ഞാൻ തിരസ്കരിച്ച പ്രണയവും എന്നെ തിരസ്കരിച്ച പ്രണയവും കൂട്ടിവായിച്ചാലും മുഴുമിക്കാനാവാതെ എന്നിൽ പടരുന്ന പ്രണയം. ഉപേക്ഷിച്ചിട്ടും പിന്നാലെയണയുന്ന, എന്നിലെ പ്രണയത്തിന്റെ ശീലുകൾക്ക് ഒരിക്കൽ പ്രചോദനമായിരുന്ന എന്റെ പ്രണയ മാർജ്ജാരം. അതിന്റെ മുരളലും കുറുകലും എന്നിലെ വാക്കുകളും വരികളുമാകുന്നു. പ്രണയത്തിന്റെ ഇന്ദ്രജാലം ഇടയ്ക്കിടെ ചിരിച്ചും ഏറെ കരഞ്ഞും ഇന്നുമീലോകത്തെ നേരിടാൻ എന്നെ പഠിപ്പിക്കുമ്പോൾ ഞാനെന്തിന് എഴുതാതിരിക്കണം 'പക്ഷേ, പ്രണയത്തിനപ്പുറത്തേക്കും ജീവിതത്തിന്റെ സമതലങ്ങളിലേക്കും മരുഭൂമികളിലേക്കും അഗ്നിസത്രങ്ങളിലേക്കും ഈ കവി സഞ്ചരിക്കുന്നുണ്ട്. ജീവിതത്തെ ലോകത്തിനു മുൻപിൽ വിവർത്തനം ചെയ്യുകയാണ് ഈ കവിതകളുടെ ലക്ഷ്യം. പ്രണയത്തിന്റെ ജീവിതസ്ഥലികളിൽനിന്നും വിശാലലോകാനുഭവങ്ങളിലേക്കാണ്, സഞ്ചരിക്കുന്നത്. അതിന്റെ സാക്ഷ്യമാണ് *തിരിച്ചുവരാത്ത യാത്രക്കാരിൽ ചിലർ* എന്ന ഈ സമാഹാരം. കവിയുടെ കാവ്യ മാനിഫെസ്റ്റോ കൂടിയാണിത്.

കൺമുനയിൽ കത്തുന്ന ചോദ്യവുമായി
നില്ക്കുന്നവളെ അവർ കാണുകയുമില്ലല്ലോ

'ചോദ്യോത്തരം,' എന്ന കവിതയിലെ അവസാന വരികളാണിത്. കത്തുന്ന ചോദ്യങ്ങളുമായി നില്ക്കുന്ന 'അവളുടെ തീക്ഷ്ണ സാന്നിദ്ധ്യമാണ് ഈ കവിതാ സമാഹാരം. കത്തുന്ന ചോദ്യങ്ങൾ, വർത്തമാന കാലത്തിന്റെ പ്രേരണയിൽനിന്ന് ഉണ്ടാവുന്നതാണ്. ചോദ്യങ്ങൾ ചോദിക്കുക എന്ന മൗലിക അവകാശത്തിന്റെ ആന്തരിക ജ്വാലകളാണ് ഈ കവിതകൾക്ക് ചൂടും ചൂരും പകരുന്നത്. പ്രണയത്തിന്റെ സംത്രാസങ്ങൾ സാമൂഹിക ജാഗ്രതയുടെ സൂക്ഷ്മതയിലേക്ക് മാറുകയാണിവിടെ.

സ്ത്രീ ജീവിതത്തിന്റെ വിഭിന്ന ആഖ്യാനങ്ങളുടെ സമാഹാരമാണിത്. നിരവധി ജീവിതസ്ഥലികളുള്ള സ്ത്രീയെ വ്യത്യസ്ത അനുഭവങ്ങളിലൂടെ സമീപിക്കുകയാണ് ഇവിടെ. ഓരോ സ്ത്രീയുടെയും അകവും പുറവും നിരവധി അടരുകൾ കൊണ്ട് നിർമ്മിക്കപ്പെട്ടവയാണ്.

അത് തിരിച്ചറിയുക ക്ലേശകരമാണ്. അനുഭവത്തിന്റെയും ഭാവനയുടെയും ജാഗ്രതയുടെയും ധ്യാനസന്ദർഭങ്ങളിലൂടെയേ അത് കണ്ടെത്താൻ കഴിയൂ. പ്രതിബദ്ധമായ സങ്കല്പങ്ങളും സാമൂഹിക അവബോധവുമുള്ള ഒരു എഴുത്തുകാരിക്ക് മാത്രമേ ഈ സവിശേഷ സാഹിത്യധർമ്മം നിർവ്വഹിക്കാനാവൂ. അജി ദേവയാനി അതാണ് നിർവ്വഹിക്കുന്നത്.

വർത്തമാനകാല സ്ത്രീജീവിതത്തിന്റെ സാമൂഹിക രാഷ്ട്രീയ വൈകാരിക പരിസരത്തുനിന്നുമാണ് പല കവിതകളും രൂപപ്പെട്ടിരിക്കുന്നത്. ആന്തരിക അഭിവാഞ്ഛകളും സാമൂഹിക പ്രതികരണങ്ങളും രാഷ്ട്രീയ അവബോധവും കവിതകളിൽ പ്രത്യക്ഷമായും പരോക്ഷമായും പടർന്നു കിടക്കുന്നു. വൈരുദ്ധ്യങ്ങളും വൈവിദ്ധ്യങ്ങളും നിറഞ്ഞ സമൂഹത്തിൽ ജീവിക്കുന്ന ഒരാളുടെ സർഗ്ഗാത്മക ആവിഷ്കാരമാണിത്. സ്ത്രീയുടെ ശക്തി, കാരുണ്യം, പരിഗണന, അതിജീവനം, പാരസ്പര്യം, സ്വപ്നം തുടങ്ങി ഓരോന്നും അവതരിപ്പിക്കുന്നു. അനുഭവജ്വാലകൾ പേറുന്ന സ്ത്രീപക്ഷത്തുനിന്നുമുള്ള പ്രതികരണങ്ങളാണ് ഓരോന്നും. അവൾ, പെണ്ണ്, കരകൗശലം, പിൻവിളി എന്നീ കവിതകൾ സ്ത്രീ ജീവിതത്തിന്റെ വിഭിന്ന അനുഭവഗാഥകളാണ്. ഓരോന്നും തമ്മിൽ സമീപനത്തിലും അവതരണത്തിലും വ്യത്യസ്തത പുലർത്തുന്നു. ഇതെല്ലാം ചേർത്തു വെക്കുമ്പോഴാണ് സ്ത്രീ എന്ന സങ്കല്പവും യാഥാർത്ഥ്യവും തിരിച്ചറിയുന്നത്.

തിരിച്ചുവരാത്ത യാത്രക്കാരിൽ ചിലർ എന്ന കവിത സമകാല യാഥാർത്ഥ്യത്തിനുനേരെ പിടിച്ച കണ്ണാടിയാണ്. നാം നേരിടുന്ന ഓരോ സാമൂഹിക ദുരന്തവും ജീവിത വ്യഥകളും അവതരിപ്പിക്കുന്നു. 'വീട്ടുമുറ്റത്തെ മരക്കൊമ്പിൽ ഉടലും കഴുത്തും പിഴിഞ്ഞ രണ്ട് കുഞ്ഞുടുപ്പുകളും,' 'ഒറ്റ കൈയന്റെ കൈയൂക്കിൽ തീവണ്ടി പാളത്തിൽ തെറിച്ചു വീണ തണുത്തുറഞ്ഞ കൗമാര സ്വപ്നവും,' 'കുഞ്ഞാടുകളും നല്ലയിടയന്മാരും ആടിത്തീർത്ത കാമക്കൂത്തിനു ദൃക്സാക്ഷിയായ തിരുവസ്ത്രവും' നാം നേരിൽ കണ്ടതാണ്. ഒരിക്കലും മടങ്ങിവരാത്ത ഈ ജീവിതസാന്നിദ്ധ്യങ്ങൾ കാവ്യചേതനയെ അസ്വസ്ഥമാക്കുന്നു, ഈ ദുരന്തമുഖത്ത് ജീവിക്കുന്ന ഒരാളുടെ പ്രതികരണ ചിഹ്നങ്ങളാണ് ഈ കവിത.

ഇതിനോട് ചേർത്തുവെച്ചു വായിക്കേണ്ട കവിതയാണ് വേട്ടക്കാർ. സമൂഹത്തിനുള്ളിൽ പതിയിരിക്കുന്ന വിവിധതരം വേട്ടക്കാരുടെ രീതികളും സമീപനങ്ങളുമാണ് അവതരിപ്പിക്കുന്നത്. കാലത്തിന്റെ അന്തരങ്ങളിൽ വേട്ടക്കാരുടെ അവതാരങ്ങൾക്ക് സംഭവിക്കുന്ന മാറ്റങ്ങൾ ചൂണ്ടിക്കാണിക്കുന്നു. പണ്ട് വേട്ടയാടപ്പെട്ട ശേഷം താടകയെന്നും താത്രിക്കുട്ടിയെന്നും വിധിക്കും. കണ്ണകിയെയും ശീലാവതിയെയും ആഘോഷിക്കും. പക്ഷേ, പുതിയ വേട്ടക്കാരുടേത് പുതിയ സമീപനങ്ങളാണ്

ഭീഷണിയുടെ അമ്ലതയിൽ/ചുട്ടു ചാമ്പലാക്കും

കടമകളുടെ കാൽച്ചങ്ങലയിൽ /കുരുക്കി മുഖമടിച്ചു വീഴ്ത്തും
പിറന്ന ദേശപ്പേരുകൾ ചേർത്തവളെ /തുണിയഴിച്ചു, തൊലിയുരിച്ചും
സദാചാരത്തിന്റെ കുന്തമുനയിൽ /കോർത്തവർ വറുത്തെടുക്കും.

ഈ വേട്ടക്കാരെ നാം നിരന്തരം നേരിടുന്നുണ്ട്. അവർ നിയമത്തിന്റെ പഴുതുകളിലൂടെ രക്ഷപ്പെടുന്നു. ഈ സത്യത്തിന്റെ മുഖമാണ് കവി അനാവരണം ചെയ്യുന്നത്. സമകാല ജീവിതത്തോട് ചേർത്തുവെച്ചു മാത്രമേ ഇത്തരം കവിതകൾ വായിക്കാൻ കഴിയൂ. കവിതയും ജീവിതവും തമ്മിലുള്ള നിരന്തര സംവേദനത്തിന്റെ അടയാളങ്ങളാണിത്. ഈ സമാഹാരത്തിലെ ഓരോ കവിതയിലും ഈ അന്തരീക്ഷം പടർന്നു നില്ക്കുന്നു.

അവൾ എന്ന കവിത അതിജീവനത്തിന്റെ സാക്ഷ്യമാണ്. പലതരം പീഡനാവസ്ഥകളെ നേരിട്ടുകൊണ്ടാണ് ഒരു സ്ത്രീ മുന്നോട്ട് പോകുന്നതെന്ന് ആ കവിത ഓർമ്മിപ്പിക്കുന്നു. ഭ്രൂണാവസ്ഥ മുതൽ അത് തുടങ്ങുന്നു. പേറ്റിച്ചിയിൽനിന്നും രക്ഷപ്പെട്ട അവൾ, അകത്തളത്തിലെ അടിച്ചമർത്തലിൽ അമരുന്നില്ല. തിരസ്കാരങ്ങളെ കണ്ണീരുപ്പുകൊണ്ടാണ് തലോടുന്നത്. സർവ്വംസഹ പിന്നീട് കരിന്തിരിയായി മാറുന്നു. ജീവിതത്തിന്റെ അന്ത്യകാലംപോലും വിധിയുടെ വാൾമുനയ്ക്ക് കീഴടങ്ങാൻ തയ്യാറാവുന്നു.

ഒടുവിൽ ഉടലിലുമുയിരിലും
ജരാനരകൾ വേരുപടങ്ങളാഴ്ത്തവെ
കാണാതെയറിയാതെ ഉരിയാടാതെ
'തലൈകുത്തും' കാത്തെ കിടപ്പവൾ

കാലവും സമൂഹവും മാറുമ്പോഴും സ്ത്രീജീവിതത്തിന് അതിന്റെ പരമ്പരാഗത തുടർച്ചകളിൽനിന്നു വഴിമാറ്റം സംഭവിക്കുന്നില്ല എന്ന യാഥാർത്ഥ്യം അവതരിപ്പിക്കുന്നു.

പെണ്ണ് എന്ന കവിത സ്ത്രീശക്തിയുടെ ഗീതമാണ്. സ്ത്രീയുടെ സ്വത്വത്തിന്റെയും കരുത്തിന്റെയും പ്രദർശനമാണത്. 'കാറ്റുപിടിക്കാത്ത കരിങ്കല്ലായും,' 'വാക്കിലെ തീയ'യും ആചാര സംഹിതകൾ പൊളിച്ചെഴുതുന്നവളായും,' 'സഹനത്തിന്റെ കാട്ടികരിമ്പടം മേൽമുണ്ടായും' അണിയുന്നവളാണ് സ്ത്രീ എന്ന് പ്രഖ്യാപിക്കുന്നു. സ്ത്രീയുടെ ആന്തരികബലത്തിന്റെയും സഹിഷ്ണുതയുടെയും സൂക്ഷ്മ ചിത്രങ്ങളാണ് വരയ്ക്കുന്നത്.

നാട്യങ്ങളില്ലാതെ, കാപട്യമില്ലാതെ
പെണ്ണെന്ന വിശേഷണം
തിരുനെറ്റിയിൽ കടുംചുവപ്പ്

തിലകമായി ചാർത്തുന്നവൾ എന്ന് കവി സ്ത്രീയെക്കുറിച്ച് അഭിമാനിക്കുന്നു.

കരകൗശലം എന്ന കവിത സ്ത്രീയുടെ മറ്റൊരു മുഖമാണ് അവതരിപ്പിക്കുന്നത്. സമൂഹത്തിന്റെയും വ്യക്തികളുടെയും ഇച്ഛയ്ക്കും താല്പര്യ

ത്തിനും അനുസരിച്ച് കൗശലക്കാരിയായി ജീവിക്കേണ്ടി വരുന്ന സ്ത്രീ.

അവൾ, പൊയ്മുഖങ്ങളുടെ മൊത്തവില്പനക്കാരി
അവശ്യക്കാരുടെ ഇങ്കിതമറിഞ്ഞ്
മനോഹരമായി മുഖാവരണമൊരുക്കുന്നവൾ എന്ന കണ്ടെത്തലും നടത്തുന്നു.

തരാതരം പോലെയവൾ
മെനഞ്ഞ മുഖപടങ്ങളിലെല്ലാം
അറിയാതെ പുരണ്ടുപോയി ചോരയും
കണ്ണീരും കിനാക്കളും.
അവ ചാലിച്ച വർണ്ണങ്ങളൊക്കെയും
കരകൗശലത്തിന്റെ മാസ്മരികതയായി
മികവിന്റെ പ്രശംസപത്രമായി
കമ്പോളനടുവിലിന്നും വാഴ്ത്തപ്പെടുന്നു.

'പിൻവിളി' എന്ന കവിത കാത്തിരിക്കുന്ന സ്ത്രീയുടെ കാമനകളാണ്. ആൾക്കൂട്ടത്തിൽ ആരെയോ തിരയുന്ന, പഴയ പാട്ടിന്റെ ഇരടികളിൽ പ്രണയം പരതുന്ന, അങ്ങനെ അന്വേഷകയായ സ്ത്രീ.

കനവിലൂറും വാക്കുകളിൽ
കവിത വിരിയാൻ കാത്തിരിക്കുന്നവൾ
നിനവിലൊരു പിൻവിളിക്കായി
കാലമിത്രയും കാതോർത്തിരുന്നവൾ

ആകുലതകളുടെയും ആകാംക്ഷകളുടെയും അന്വേഷണങ്ങളുടെയും ജീവിതം പേറുന്ന സ്ത്രീയാണ് ഇവിടെയുള്ളത്. സാമൂവേൽ ബക്കറ്റിന്റെ *ഗോദോയെക്കാത്ത്* ഈ കവിത ഓർമ്മിപ്പിക്കുന്നു.

ഇവിടെ പരാമർശ വിധേയമായ കവിതകൾ തമ്മിൽ നിരവധി ദൂരമുണ്ടെങ്കിലും അവയെ ബന്ധിപ്പിക്കുന്ന കാണാച്ചരടുകളുണ്ട്. അത് കാലത്തിന്റെ പരിണതികളും ചരിത്രത്തിന്റെ ദിശാസൂചികളും ചേർന്നതാണ്. കവിതയും ജീവിതവും തമ്മിലുള്ള സംവേദനത്തിന്റെയും കവിയും കാലവും തമ്മിലുള്ള സംഘർഷത്തിന്റെയും അടയാളങ്ങൾ ഈ കവിതകളിലുണ്ട്.

അലങ്കാരങ്ങളുടെ ആർഭാടമില്ലാത്തവയാണ് ഓരോ കവിതകളും. ക്ലിഷ്ടതകളുടെ ഭാരവും പേറുന്നില്ല. സംവേദനത്തിൽ ലാളിത്യവും, സന്ദർഭങ്ങൾക്ക് മൂർത്തതയുമുണ്ട്. വാക്കുകളിൽ സാഹിത്യശോഭ നിറയ്ക്കാതെയും വരികളിൽ അതിവൈകാരികത പുരട്ടാതെയുമാണ് ഓരോ കവിതയും നിർമ്മിച്ചിരിക്കുന്നത്. എന്നാൽ ജീവിതത്തിന്റെ ആഴവും വാക്കുകളുടെ ആഴവും കിനാവുകളുടെ ആഴവുമെല്ലാം കവിയുടെ ജീവിത പഥത്തിലെ ഉൽകണ്ഠകളുമാണ്.

ആഴങ്ങളുടെ ആഴത്തിൽ
ആണ്ടുമുങ്ങുമ്പോഴും
ഇനിയുമെത്ര ആഴമെന്നു

വാഴ്‌വിൻ അതിശയം എന്ന ചിന്ത ആഴം എന്ന കവിതയിൽ പങ്കു വെക്കുന്നുമുണ്ട്.

ഈ കവി എന്തിന് എഴുതുന്നു എന്ന ചോദ്യത്തിന്റെ ഉത്തരമാണ് അന്വേഷിച്ചത്. കാലത്തെ അഭിമുഖം നിർത്തുന്ന ഒരാളുടെ, പ്രത്യേകിച്ച് സഹജീവിതത്തിന്റെ തീക്ഷ്ണത പങ്കുപറ്റുന്ന ഒരാളുടെ കവിതകളാണിത്. ചരിത്രത്തിനുള്ളിലാണ് ഈ കവിതകൾ സംഭവിക്കുന്നത്. ജീവിതത്തിനു പുറത്തേക്കാണ് അത് പടരുന്നത്. ജീവിത സിരാപടലങ്ങൾ അനന്തമായി നീളുമ്പോൾ കാലത്തിന്റെ ആസുരത കാർമേഘങ്ങളായി നിറയുമ്പോൾ ഈ കവിക്ക് ഏറെ മുന്നോട്ട് പോകാനുണ്ട്. കവിത അത് കാത്തിരിക്കുന്നുണ്ടാവും.

മുഖമൊഴി

ഇക്കഴിഞ്ഞ മൂന്നു വർഷങ്ങളിലായി എഴുതിയ കവിതകൾ. അവയോടൊപ്പം കുറച്ചു പഴയ കവിതകൾകൂടി ചേർത്തുവച്ചപ്പോൾ തിരിച്ചു വരാത്ത യാത്രക്കാരിൽ ചിലർ യാഥാർത്ഥ്യമായി. നാവിൻ തുമ്പിലും തൂലികത്തുമ്പിലും വാക്കുകളും വരികളും പിറന്നുകിട്ടാൻ ഈ അടുത്ത കാലത്തായി ഇത്തിരി പ്രയാസം. വാചാലതയേക്കാൾ മൗനത്തിനോടൊരാഭിമുഖ്യം. പറയേണ്ടതെന്തെന്ന ഒരനിശ്ചിതത്വവും, പറയണമോ എന്ന സന്ദേഹവും. ജീവിതം അടിച്ചേല്പിക്കുന്ന കടമകളുടെയും ഉത്തരവാദിത്വങ്ങളുടെയും, കാലങ്ങളായി തുടരുന്ന സഹനസമരങ്ങളുടെയും തിരത്തള്ളലിൽ പറയേണ്ടവയൊന്നും പറയാനാവാതെപോകുന്നു.

മഴമരം പെയ്തത് എന്റെ ചിന്തകളും വ്യക്തിപരമായ അനുഭവങ്ങളും കറുപ്പിലും വെളുപ്പിലുംതെളിഞ്ഞ വരികളിലായിരുന്നുവെങ്കിൽ *തിരിച്ചു വരാത്ത യാത്രക്കാരിൽ ചിലരിൽ* ചുറ്റുമുള്ളവരുടെ ആവലാതികളും ആകുലതകളും അവയുടെ സാക്ഷ്യപ്പെടുത്തലുകളിൽ നിറയുന്ന പെരും നോവുകളുമായി തുടരുന്ന യാത്രകളാണ്. സമൂഹത്തിലേക്കൊന്നു ചുഴിഞ്ഞു നോക്കിയാൽ, ആ നോട്ടമൊരു പെണ്ണിന്റെ കൺകളിൽ കൂടിയാകുമ്പോൾ, അടിച്ചമർത്തലുകളും അസമത്വങ്ങളും ആചാരവും സദാചാരവും തീർക്കുന്ന ചങ്ങലക്കണ്ണികളും, ദുരഭിമാനത്തിന്റെയും പാരമ്പര്യത്തിന്റെയും പൊട്ടാനാരുകൾ തീർത്ത വലയിൽ കുരുങ്ങിപ്പിടയുന്ന ഇരകളുടെയും കാഴ്ചകൾ മിഴിവോടെ തെളിഞ്ഞുവരും. തന്നിലെ പെണ്മയുടെ അടയാളപ്പെടുത്തലിനായി, ഓരോ സ്ത്രീയും മിക്കപ്പോഴും നിശ്ശബ്ദമായും ഗത്യന്തരമില്ലാതാകുമ്പോൾ ശബ്ദമുയർത്തിയും തന്നോടുതന്നെയും കുടുംബത്തോടും സമൂഹത്തോടുമൊക്കെ നടത്തുന്ന നിരന്തര സമരങ്ങൾ, അവയ്ക്കൊപ്പം നേരിടേണ്ടിവരുന്ന അനുഭവ തീക്ഷ്ണതയുടെ കടുംക

യ്പ്പുകൾ നിറഞ്ഞ പാഥേയമാണ് ദൂരങ്ങൾ ഏറെതാണ്ടുന്ന ഈ യാത്രക്കാരുടെ മാറാപ്പിലുള്ളത്. ഭ്രാന്തുപൂക്കും വീടകങ്ങളിലും മനസ്സടരുകളിലും പ്രണയമെന്നത് വെറുമൊരു കൺകെട്ടു വിദ്യയോ, വിടരുംമുൻപേ കൊഴിഞ്ഞുവീഴുന്ന ഇതളുകളോ ആണെന്ന് തിരിച്ചറിയുന്നവർകൂടിയായ ഈ സഞ്ചാരികൾക്കൊപ്പമാണ് ഇനി ഏറെദൂരമില്ലാത്ത എന്റെ യാത്രയും.

പഠനകാലത്ത് 'അഹല്യ', പില്ക്കാലത്ത് 'അജികുമാരി,' 'അജിരാജൻ' എന്നീ പേരുകളിലൊക്കെ എഴുതിയിരുന്നിട്ടും ഈയടുത്തകാലത്ത് 'അജിദേവയാനി' എന്ന പേരിലേക്ക് അക്ഷരങ്ങൾ മാറ്റിയെഴുതിയപ്പോൾ ഒട്ടേറെ ചോദ്യങ്ങൾ നേരിടേണ്ടിവന്നു. മറുപടി ഒന്നു മാത്രമേയുള്ളൂ. പേരിന്റെ ഇനിഷ്യലായിപ്പോലും കൂടെയില്ലാതിരുന്ന 'ദേവയാനി' എന്ന എന്റെ അമ്മയുടെ പേര് അതേപോലെ കൂട്ടിച്ചേർത്ത് എന്നെത്തന്നെ അടയാളപ്പെടുത്താനുള്ള ഒരാഗ്രഹം. ഈ പുസ്തകത്തിലെ 'അമ്മ'-യെന്ന കവിതയിൽ അതെന്തുകൊണ്ടാണെന്നതിനുള്ള ഉത്തരമുണ്ട്.

എന്റെ രണ്ടാമത്തെ കവിതാസമാഹാരമായ *തിരിച്ചു വരാത്ത യാത്രക്കാരിൽ ചിലർ* പ്രസിദ്ധീകരിക്കാൻ ഇക്കുറിയും സന്മനസ്സുകാട്ടിയ ചിന്താ പബ്ലിഷേഴ്സിന്, വിശിഷ്യ, മാനേജർ കെ ശിവകുമാർ, പ്രിയസുഹൃത്ത് ഗോപീ നാരായണൻ, മറ്റു ജീവനക്കാർ എന്നിവരോടുള്ള കടപ്പാടും സ്നേഹവും അറിയിക്കാതെ ഈ മുഖമൊഴി തുടരാനാവില്ല.

ഈ കവിതാ സമാഹാരത്തിനായി, തന്റെ തിരക്കുകൾക്കിടയിലും അവതാരിക എഴുതാൻ സമയം കണ്ടെത്തിയ പ്രിയസുഹൃത്തും പ്രശസ്ത എഴുത്തുകാരനുമായ ശ്രീ. പ്രദീപ് പനങ്ങാട്,

എഴുത്തുവഴികളിലെന്നും ഒരേസമയം ഗുരുവും വഴികാട്ടിയും വിശ്വസ്തയായ സുഹൃത്തും സഹോദരിയുമായി, എന്റെ കവിതകളിലെ സ്ത്രീപക്ഷ നിലപാടുകളെ പ്രോത്സാഹിപ്പിക്കുന്ന ഡോ. ഐറിസ്കൊയ്‌ലോ,

ആനുകാലികങ്ങളിൽ പ്രസിദ്ധീകരിക്കുന്ന കവിതകൾ വിശദമായ വായനയ്ക്കും ചർച്ചകൾക്കും വിധേയമാക്കി നിരന്തരം പ്രോത്സാഹിപ്പിക്കുന്ന 'വിനിമയ' എന്ന അക്ഷരക്കൂട്ടായ്മയിലെ ഏറ്റവും പ്രിയപ്പെട്ടവർ,

*കലാകൗമുദി*യുടെ വിലപ്പെട്ട താളുകളിൽ എന്റെ കവിതകളിൽ അച്ചടിമഷി പുരട്ടിത്തന്ന പ്രിയ സഹപാഠി വി ഡി ശെൽവരാജ്,

സർവകലാശാല സർവ്വീസിൽനിന്നും വിരമിച്ചശേഷം വീണ്ടും അറിവിന്റെ അക്ഷര ഖനിയിലേക്ക് എന്നെ ഒപ്പംകൂട്ടിയ എന്റെ കവിതകളെ പ്രോത്സാഹിപ്പിക്കാനും വിമർശിക്കാനും മനസ്സും സമയവും കണ്ടെത്തുന്ന ഭരണകർത്താവും ചിത്രകാരനും വാഗ്മിയും കവിയുമായ ശ്രീ. കെ ജയകുമാർ എന്ന, ഐ എം ജി യുടെ അമരക്കാരൻ,

കോവിഡ് മഹാമാരിക്കാലത്തും ഏറെ അകന്നിരുന്നിട്ടും മനസ്സുകൊണ്ട് ഏറെ അടുത്തിരുന്ന അമ്മയും അച്ചാച്ചനും അനിതയും,

സുഹൃത്ത്, പങ്കാളി എന്നിങ്ങനെ ജീവിതത്തിലെ ഏറ്റവും വിലപ്പെട്ട നിരന്തര സാന്നിദ്ധ്യമായ ഡോ. രാജൻ കണക്കർ എന്ന ഇച്ചായൻ,

മഹാമാരി തന്ന സങ്കടങ്ങൾക്കിടയിൽ വലിയൊരു സന്തോഷമായി പ്രവാസജീവിതം മതിയാക്കി അമ്മയുടെയും ചാച്ചന്റെയും അരികിലേക്ക് തിരിച്ചുവന്ന് ചങ്ങാതിയെപ്പോലെ സംവദിച്ച്, പുത്രന്റെ കരുതലായി ഒപ്പമുള്ള ബോബിരാജൻ എന്ന മോനു,

ഭൂഗോളത്തിന്റെ മറ്റേ ചെരുവിലിരുന്ന് എന്റെ ശബ്ദത്തിനും അക്ഷരങ്ങൾക്കും തൊടിയിലെ പൂക്കളുടെ ചിത്രങ്ങൾക്കുമായി കാത്തിരിക്കുന്ന, ഏറെ സ്നേഹത്തോടെ ചേച്ചീയെന്ന് നിരന്തരം തേടിവരുന്ന അനിയത്തിക്കുട്ടിയായ ഡോ. നീന കെ വി,

ഞാനെഴുതുന്ന അക്ഷരങ്ങളും വാക്കുകളും തിരക്കുകൾക്കിടയിലും കവിതകളായി ഒരുക്കിത്തരുന്ന പ്രിയപ്പെട്ട അനുജത്തി ശ്രീകല വി ആർ.

ഇവരൊക്കെ നല്കിയ സ്നേഹവും കരുതലും ഓർക്കാതിരിക്കാനാവില്ല.

നാലുവർഷത്തെ പഠനകാലം, അതിനുശേഷം മുപ്പതുവർഷത്തെ ഔദ്യോഗിക ജീവിതം അങ്ങനെ പതിറ്റാണ്ടുകളായി 'അനന്തപുരി' തന്ന അനുഭവങ്ങൾ ഏറെ. അവയുടെ തൂക്കമെടുത്താൽ സന്തോഷത്തിന്റെയും സങ്കടത്തിന്റെയും തുലാസിൽ, സങ്കടത്തട്ട് തിരിതാഴ്ന്നു തന്നെയിരിക്കും. ഏറെ കരയിച്ചിട്ട് അവസാനമൊന്നു ചിരിക്കാൻ അവസരം തരുമായിരുന്ന കാലമെന്ന ജാലവിദ്യക്കാരൻ ഈയടുത്തായി തേങ്ങലുകളുടെ ചിമിഴാണ് തന്റെ മാറാപ്പിൽനിന്നും സമ്മാനിക്കുന്നത്. മഹാമാരിയുടെ വേലിയേറ്റത്തിൽ തിരിച്ചുകിട്ടാത്തവണ്ണം വൻതിരയിലൊഴുകിപ്പോയത് മുപ്പത്തഞ്ച് വർഷത്തെ ഇഴമുറിയാത്ത സ്നേഹവും സൗഹൃദവും നൽകി എന്നും കൂടെയുണ്ടായിരുന്നൊരു ചിരിക്കുന്ന മുഖമായിരുന്നു എന്റെ സഹപാഠിയായിരുന്ന ഡോ. നസീഹത്ത്. ഈ പുസ്തകത്തിന്റെ ആദ്യപ്രതികളിലൊന്ന് അവൾക്കായി ഞാൻ കരുതിവച്ചതായിരുന്നു. അതിനിട നല്കാതെ മഹാഭൂരിപക്ഷത്തിന്റെ അണിയിലേക്ക് ആരോടും പറയാതെ ചേക്കേറിയവൾ എന്നും എന്റെ അക്ഷരങ്ങൾക്ക് കൂട്ടായുണ്ട് എന്നു കരുതാനാണിഷ്ടം.

എണ്ണിപ്പറഞ്ഞ്, പതംപറഞ്ഞ് കരയാൻ ഇനിയും നഷ്ടങ്ങളെത്ര? കാലപ്രവാഹത്തെ നോക്കി കണ്ണുചിമ്മി പിന്നെയും ചിരിക്കാൻ കുഞ്ഞു കുഞ്ഞു സന്തോഷങ്ങളുടെ ചെറിയൊര് ഇലക്കുമ്പിളും പേറി, ഈ ചിരിയും കരച്ചിലും ജീവിത പുസ്തകത്തിന്റെ പൊടിഞ്ഞു തുടങ്ങിയ ഏടുകളിലെ അനുഭവങ്ങളുടെ പീലിത്തുണ്ടുകൾ എന്ന് സ്വയം ആശ്വസിച്ച്, എന്റെ അക്ഷരങ്ങൾക്കെന്നും കൂട്ടായിരിക്കുന്ന പ്രിയപ്പെട്ടവരുടെ പക്കൽ ഏറെ സ്നേഹത്തോടെ *തിരിച്ചുവരാത്ത യാത്രക്കാരിൽ ചിലരെ* ഏല്പിക്കുന്നു.

സ്വീകരിച്ചാലും.

അജി ദേവയാനി

മാഞ്ഞുപോയവൾ

ചുവന്ന കുപ്പിവളകളുടെ
കിലുകിലാച്ചിരികൾ

കരിമഷി മിനുക്കിയ
നീണ്ട കൺകറുപ്പുകൾ

ഞാത്തുകൾ തൂങ്ങിയാടിയ
നനുത്ത ചെവിത്തുളകൾ

വെള്ളക്കൽ മൂക്കുത്തി
തിളങ്ങിയ പതിഞ്ഞ മൂക്ക്

തോളറ്റം മുറിച്ചിട്ട
കനത്ത മുടിയിഴകൾ

വലിയ സിന്ദൂരപ്പൊട്ടമർന്ന
ചെറിയ നെറ്റിത്തടം

മിനുത്ത ഉടയാടകൾ
അണിഞ്ഞ അഴകളവുകൾ

ഉള്ളുരുക്കങ്ങൾ കടഞ്ഞെടുത്ത
തെളിമയുള്ള അക്ഷരങ്ങൾ

20 തിരിച്ചുവരാത്ത യാത്രക്കാരിൽ ചിലർ

അജി ദേവയാനി

മറുകുറികൾക്കായ്
രാകി മിനുക്കിയ
മുനകൂർത്ത വാക്കുകൾ

നിനവുകളിലുറയുന്ന
നിലയ്ക്കാത്ത പൊട്ടിച്ചിരികൾ

കഴമ്പില്ലെന്ന്
മുൻവിധിയെഴുതിയ
നിരാശയുടെ പതം പറച്ചിലുകൾ

അഭിനയമെന്ന്
പരിഹസിക്കപ്പെട്ട
അടങ്ങാത്ത തേങ്ങലുകൾ

കൊടും ഭ്രാന്തെന്ന്
മുദ്രകുത്തിയ
അന്തമില്ലാത്ത വെളിപാടുകൾ

ഇവയെല്ലാം
നെറികെട്ട കൈകളാൽ

ആചാരമര്യാദകളുടെ
അച്ചടക്കത്തുണ്ടിനാൽ

കനിവൊട്ടുമില്ലാതെ
നിരന്തരം
തുടച്ചുമാറ്റുമ്പോൾ

മാറ്റി എഴുതപ്പെട്ടവളായി
മാറ്റി വരയ്ക്കപ്പെട്ടവളായി
മാറ്റി വിളിക്കപ്പെട്ടവളായി
മാറ്റി നിർത്തപ്പെട്ടവളായി

ഉടലടയാളങ്ങളും
ഉയിരിൻ മടുപ്പും
ബാക്കിയാകാതെ
പതിയെ
പതിയേ മാഞ്ഞുപോയവൾ

അവൾ

അരളിവേരിന്റെ[1] മൂർച്ചയിൽ
ഉടലഴിയാതെയൊന്ന് മയങ്ങിയോൾ
നെന്മണി[2] കീറിത്തുളച്ചിട്ടും ശ്വാസം
നിലച്ചു നീലിക്കാതുണർന്നവൾ

പേറ്റിച്ചി നാവിലിറ്റിച്ച[3] കടും
കയ്പ്പിനെ അതിജീവിച്ചെത്തിയോൾ
അകത്തളത്തിൻ കൈക്കരുത്തിൽ
പിടഞ്ഞമരാതെ പോരാടിവെന്നവൾ

പിതാമഹൻമാരുടെ വിധി
തീർപ്പിൻ തടവറ നീന്തിക്കടന്നവൾ
മുഖം മറച്ചെത്തിയ സൗഹൃദങ്ങളിൽ
ചിതറിത്തെറിക്കാതെ മനം കാത്തവൾ

രക്തബന്ധത്തിൻ തിരസ്കാരനോവുകൾ
കണ്ണീരുപ്പാൽ തലോടിയോൾ
പെരുംനാവേറ്റിയോരപവാദത്താൽ
മുറിയാതെ വല്മീകമായ് മാറിയോൾ

---

1. നാട്ടിൻപുറങ്ങളിൽ ഭ്രൂണഹത്യക്ക് ഉപയോഗിച്ചിരുന്ന ക്രൂരമായ മാർഗ്ഗം.
2. പെൺകുഞ്ഞുങ്ങളെ നെന്മണി വായിലിട്ട് ശ്വാസതടസ്സം ഉണ്ടാക്കി പിറവിയിൽ തന്നെ കൊല്ലുന്നത്.
3. ഉരമരുന്നിനൊപ്പം വിഷമരുന്നുകൂടി നല്കി പെൺകുഞ്ഞുങ്ങളെ കൊല്ലുന്നത്.

22 തിരിച്ചുവരാത്ത യാത്രക്കാരിൽ ചിലർ

അജി ദേവയാനി

കടമകളുടെ ചങ്ങലപ്പൂട്ടുമായ്
സർവ്വംസഹയുടെ മാറാപ്പ് പേറിയോൾ
പിൻതലമുറയുടെ നന്ദികേടിൽ
മുറിവേറ്റ് കരിന്തിരിയായടർന്നവൾ

ഒടുവിൽ ഉടലിലുമുയിരിലും
ജരാനരകൾ വേരുപടലങ്ങളാഴ്ത്തവേ
കാണാതെയറിയാതെ ഉരിയാടാതെ
'തലൈക്കുത്തും'[4] കാത്തേ കിടപ്പവൾ

4 വൃദ്ധജനങ്ങളെ എണ്ണതേച്ചു കുളിപ്പിച്ച് തണുത്ത കരിക്കിൻവെള്ളം നല്കി പറമ്പിൽ ഓലപ്പുര കെട്ടി പാർപ്പിച്ച് ന്യൂമോണിയ പിടിപെട്ട് അതിവേഗം മരിക്കാൻ അനുവദിക്കുന്ന ആചാരം

വേട്ടക്കാർ

പഴയ വേട്ടക്കാർ അങ്ങനെയാണ്,
മൂക്കുംമുലയുംമുറിച്ച്,
താടകയെന്ന് പേരിടും.
സ്മാർത്ത വിചാരം നടത്തി,
താത്രിക്കുട്ടിയെന്ന് ശൃംഗരിക്കും.
കൈകാലുകളും മാറിടവും ഛേദിച്ച്
വാസവദത്തയെന്ന് ഓമനിക്കും
പുത്രനാൽ ഗളഛേദം നടത്തി
രേണുകയെന്ന് പഴിചാരും.
നല്ല പാതിയോടൊപ്പം ചേർത്തു നിർത്തി
സാവിത്രീയെന്ന് ആഘോഷിക്കും
മുടിയും മാറും പറിച്ചെറിഞ്ഞു കുലമെരിച്ചവളെ
കണ്ണകിയെന്ന് അധിക്ഷേപിക്കും.
ചുവന്ന തെരുവിലേക്ക് തലച്ചുമടേറ്റിയവളെ
ശീലാവതിയെന്ന് ആദരിക്കും.

പുതിയ വേട്ടക്കാർ ഇങ്ങനെയാണ്,

പ്രായമോ ഭാവമോ ഭേദമല്ല
സ്ഥാനമോ ബന്ധമോ കാര്യമല്ല.
പലതും പറഞ്ഞ് പ്രലോഭിപ്പിക്കും
മതിവരുവോളം പീഡിപ്പിക്കും.
കടപ്പാടുകളിൽ തളച്ചിട്ട്

കുരുതികഴിക്കും.
ഭീഷണിയുടെ അമ്ലതയിൽ
ചുട്ടുചാമ്പലാക്കും
കടമകളുടെ കാൽച്ചങ്ങലയിൽ
കുരുക്കി മുഖമടിച്ചു വീഴ്ത്തും.
പിറന്ന ദേശപ്പേരുകൾ ചേർത്തവളെ
തുണിയഴിച്ചും തൊലിയുരിച്ചും
സദാചാരത്തിന്റെ കുന്തമുനയിൽ
കോർത്തവർ വറുത്തെടുക്കും.
ദുരഭിമാനത്തിന്റെ അച്ചാറുകൂട്ടി
അനാമികയെന്ന് ചവച്ചിറക്കും......

തിരിച്ചുവരാത്ത യാത്രക്കാരിൽ ചിലർ

പരാശക്തിയുടെ ദൈവപ്പുരയിൽ
കുഞ്ഞിച്ചിറകുകൾ മുറിക്കപ്പെട്ട
ചിത്രശലഭത്തിന്റെ നിഷ്കളങ്കത.

    പാതയോരത്തെ ഉണക്കപ്പുല്ലിൽ
    കത്തിക്കരിഞ്ഞ വൃത്തമായ്
    നാവറക്കപ്പെട്ട കൊടും നേര്.

പൊള്ളിയടർന്ന മാറുംമുഖവുമായ്
അമ്ലതീവ്രതയിൽ നനഞ്ഞ
തിരസ്കൃത പ്രണയം.

    പഠനമുറിയിലെ ഏകാന്തതയിൽ
    പിളർന്ന നാഭിയിലൂടെ
    തെറിച്ചുവീണ കുടൽമാലകൾ.

വീട്ടുമുറ്റത്തെ മരക്കൊമ്പിൽ
ഉടലുംകഴുത്തും പിഴിഞ്ഞ്
ഉണക്കാനിട്ട രണ്ട് കുഞ്ഞുടുപ്പുകൾ.

    മാസംതികയാത്തൊരുദരത്തിൽ
    നിന്നും കുന്തമുനയിൽക്കോർത്ത
    നിണക്കട്ടയായൊരു പാൽച്ചിരി

നല്ല പാതിയാൽ കഴുത്തറുക്കപ്പെട്ട്
പട്ടടയിലേക്ക് വലിച്ചെറിഞ്ഞ
പതിവ്രതയുടെ മംഗല്യസൂത്രം.

ഒറ്റക്കൈയന്റെ കൈയൂക്കിൽ
തീവണ്ടിപ്പാളത്തിൽ തെറിച്ചുവീണ
തണുത്തുറഞ്ഞൊരുകൗമാര സ്വപ്നം.

കുഞ്ഞാടുകളും നല്ലിടയൻമാരും
ആടിത്തിമിർത്ത കാമക്കൂത്തിന്
ദൃക്സാക്ഷിയായൊരു തിരുവസ്ത്രം.

ദുരമൂത്ത അത്യാർത്തിയുടെ
കരിനാഗഫണമേറ്റ്
നീലിച്ചുറഞ്ഞൊരു നിസ്സഹായത.

സീമന്ത രേഖയിൽ പടർന്ന-
തീനാമ്പുകൾക്കൊപ്പം
ഉരുകിയൊലിച്ച സിന്ദൂരത്തരികൾ.

ഇവരൊക്കെ
തിരിച്ചുവരാത്ത യാത്രക്കാരിൽ ചിലർ.

സമാന ഹൃദയരെന്നാലും
അണിചേരാതെ ഇടമുറിഞ്ഞ്
വരിതെറ്റിവീണ്ടും വീണ്ടും നടക്കുന്നവർ.

എണ്ണിയാലൊടുങ്ങാത്ത കബന്ധബലവുമായ്
നീതിയുടെ കൊഴുമുനക്കീറിൽ
പിളരുന്ന ഭൂമിയുടെ
അക്ഷാംശവും രേഖാംശവും
തേടി നിലയ്ക്കാത്ത യാത്ര തുടരുന്നവർ

അഗ്നി

പകൽസ്വപ്നങ്ങളിലെ ചിരിയൊച്ചയും
രാക്കിനാക്കളിലെ നിശ്ശബ്ദ നിലവിളിയും
ഉറക്കത്തെ പിണക്കിയകറ്റി
മനം നെരിപ്പോടായ്
നീറിപ്പുകയുമ്പോഴും

കരുണയെന്നു നിനച്ചുപോയ
കരുതലിന്റെ കനത്ത പാശം
അഴിയാക്കുരുക്കായ്മുറുകി
ഉടലിലുമിത്തീയായ്
അമർന്നെരിയുമ്പോഴും

ആയുസ്സിന്റെ കണക്കുപുസ്തകം
കൂട്ടിക്കിഴിക്കലിന്റെ ഗൃഹപാഠങ്ങളിൽ
അംശവും ഛേദവും തിരിയാതെ
പ്രജ്ഞയിൽ ശരിതെറ്റുകളായി
കുഴഞ്ഞുമറിയുമ്പോഴും

കരളിലെഴുതിയ കവിതയും
മിഴിയിൽത്തിളങ്ങുന്ന പ്രണയവും
വാഴ്‌വിലെ മരുപ്പച്ചയായ് ചിരിച്ച്
മോഹപ്പെരുവഴിയിലെ മഴവില്ലുപോൽ
പ്രലോഭിപ്പിക്കുമ്പോഴും

കാലം കവർന്നെടുത്തൊരാത്മാവും
ചതിയുടെ നഖരമാർന്നൊരുടലും
മൃതി തലക്കുറിയെഴുതിയ ജീവനും
വിധിയുടെ മുൻപിൽ നിസ്സഹായമായ്
പകച്ചു നില്ക്കുമ്പോഴും

ഉടൽ നിലത്തിന്നാഴങ്ങളിൽ
ചുടുലാവയായ് പരന്നൊഴുകിയും
ഉയിരിടത്തിന്നുയരങ്ങളിൽ
കരിംപുകപോൽ പടർന്നുയർന്നും
ചെറുകാറ്റിന്റെ തലോടലിൽ
കനൽക്കട്ടപോൽജ്വലിച്ചുണർന്നും
അവളിലൊഴുകും അഗ്നിയിപ്പൊഴും
അണയാതെരിഞ്ഞു നില്ക്കുന്നു.

പെണ്ണ്

അതിരുകൾക്കു മുന്നിൽ
ചൂണ്ടു വിരലായവൾ
അട്ടഹാസങ്ങൾക്കുനേർ
കത്തുന്ന നോട്ടമായവൾ.

പരിഹാസങ്ങൾക്കു നടുവിൽ
കാറ്റുപിടിക്കാത്ത കരിങ്കല്ലായവൾ
അവഗണനകൾക്കൊടുവിൽ
ഹൃദയം കാരിരുമ്പാക്കിയവൾ.

അനീതികളോടു പൊരുതി-
ത്തളരാതെ, തിളച്ച രക്തം
ചുടു ശ്വാസമായും, വാക്കിലെത്തീയായും
കണ്ണിലെ കനലായും കാക്കുന്നവൾ.

അവകാശത്തിനായ് തെരുവിലിറങ്ങി
ആചാര സംഹിതകൾ പൊളിച്ചെഴുതി
തലയുയർത്തി പുഞ്ചിരിച്ച്
വിജിഗീഷുവായ് മുന്നോട്ടു നടപ്പവൾ.

കുലസ്ത്രീയെന്ന അലങ്കാരവും
ആടയാഭരണങ്ങളും വെടിഞ്ഞ്
സഹനത്തിന്റെ കട്ടിക്കരിമ്പടം
മേൽമുണ്ടായ് അണിയുന്നവൾ.

ദുരഭിമാനത്തിന്റെ ചിത്രത്തുന്നലും
കടും വർണ്ണങ്ങളുടെ മുഖപടവും
വഴിയിലെറിഞ്ഞ്, സ്വയം
ദരിദ്രയെന്ന് അഭിമാനിക്കുന്നവൾ.

നാട്യങ്ങളില്ലാതെ, കാപട്യമില്ലാതെ
'പെണ്ണെ'-ന്ന വിശേഷണം
തിരു നെറ്റിയിൽ കടുംചുവപ്പ്
തിലകമായ് ചാർത്തുന്നവൾ.

ഇന്ദ്രജാലം

ക്ഷണിക്കാതെയെൻ പ്രജ്ഞയിൽ
വിരുന്നിനെത്തിയ ജാലവിദ്യക്കാരൻ
ഭ്രമകല്പനകളുടെ മാന്ത്രിക വടി
ചുഴറ്റിയെൻ ചുറ്റിലും നടക്കുമ്പോൾ.......

മനം മയക്കും വാഗ്ധോരണിയിൽ
നിരന്ന കാഴ്ചകൾ ക്ഷണത്തിൽ മായുന്നു,
കനവിലും നിനവിലും നഖരമാഴ്ത്തി
ലഹരിയുടെ നനുത്ത പാളികൾ മിഴി തുറക്കുന്നു.

മേടച്ചൂടിൻ ആഗ്നേയങ്ങൾ
മകരമഞ്ഞിൻ കുളിരമ്പായ് മാറുന്നു
പാഴ്മണൽപ്പരപ്പിലെ മരീചികകളിൽ
ആരണ്യകത്തിൻ പച്ചപ്പു നിറയുന്നു.

പരുഷമൊഴിയിലെ കനൽച്ചൂട്
കുളിരുറവയായ് ഒഴുകിപ്പരക്കുന്നു
ചവർപ്പു പശിമയേറ്റിയ ചോറ്റിൻകിണ്ണം
അമൃതേത്തു നിറയുമൊരക്ഷയപാത്രമാകുന്നു.

മെഴുക്കാർന്ന കിടക്കവിരിച്ചുരുളുകൾ
നനുത്ത തൂവൽശയ്യയായ് നിവരുന്നു
ഓട്ടുപാത്രത്തിലുറഞ്ഞ ദാഹനീര്
ചില്ലുകോപ്പയിലെ സോമരസമായ് നിറയുന്നു.

നിമിഷവേഗങ്ങളിൽ നിറഞ്ഞാടിടും
ഭ്രമകാഴ്ചകൾ പതിയെ മായുമ്പോൾ
പരിചിതത്വത്തിന്റെ വിരക്തമാം
പതിവു പല്ലവികൾ ആവർത്തിച്ചിടുമ്പോൾ

പകൽക്കിനാവിലെ സുഖദ നൊമ്പരം
പേടി സ്വപ്നങ്ങളായ് രാവിൽ കനക്കുമ്പോൾ
കൺകെട്ടു വിദ്യയുടെ, കൈയടക്കത്തിന്റെ
പൊരുളുകളതിവേഗം ചുരുളഴിയുമ്പോൾ

കാലം കോറിവരച്ചു വികൃതമാക്കിയ
മുഖപടങ്ങൾ അകക്കണ്ണിൽ തെളിയുന്നു
കടുംകയ്പ്പു നിറഞ്ഞ രസനകൾ
കണ്ണീരുപ്പിൽ കല്ലിച്ചു പോകുന്നു.

നടന്നെത്താനാകാത്ത ദൂരത്തിലും
കരകയറാനാകാത്ത ആഴത്തിലും
തിമിരക്കാഴ്ചകളുടെ പകർന്നാട്ടങ്ങൾ
പതിരായ് മൊഴികളിൽ നിറയുമ്പോൾ

കൺതടങ്ങളിലെ കരുവാളിപ്പും
കരളിൻ കോണിലെ നീറ്റലും
ആടിത്തളർന്ന ചുവടുകളും
പാടിപ്പഴകിയ ഗീതികളും

വടുക്കളായ് അവശേഷിപ്പിച്ച്
തിരിഞ്ഞു നോക്കാതെയകന്നുപോയ്
ഹൃത്തിൽ പകുതിയും കവർന്നെടു-
ത്തൊരെൻ പ്രണയമാം ജാലവിദ്യക്കാരൻ.

നൊമ്പരത്തിരപ്പൂക്കൾ

ഒരു തിര തീരത്തണയുമ്പോൾ
ചിരിപ്പൂക്കൾ ചിതറിത്തെറിച്ചപോൽ,
നിമിഷ വേഗത്തിൽ കുതിച്ചുയരുന്ന
ഇരുണ്ടൊരു ചില്ലു ജാലകമായ്,

കടൽക്കാറ്റിൻ പ്രകമ്പനം നിറച്ചൊരു
ശംഖൊലിതൻ ഹുങ്കാരമായ്,
വർഷകാല രാത്രികളെ നടുക്കും
പെരുമ്പറയുടെ ഇടിമുഴക്കമായ്

പാറക്കെട്ടുകളെ ചുറ്റി വരിയുന്ന
തിരക്കൈകളുടെ ഉന്മാദച്ചുഴികൾ
ഓളപത്തികളിൽ നിറയുന്ന ചൊരിമണൽ
തീരത്തുപേക്ഷിച്ചകലുമ്പോൾ

നനഞ്ഞ കാലടികളിൽ മുഖമുരസുന്ന
മൃദുലമാം മണൽ നൂലുകളായ്
പതഞ്ഞണയുന്ന ലഹരിനുരകൾ
കുമിളയായുടയുന്ന മണ്ണടരുകളിൽ

പതിയെ മുത്തമിട്ടൊഴിഞ്ഞകലുന്ന
തിരയിതെന്തേ നിശ്ശബ്ദമായ് ചിരിക്കുന്നു?
നെഞ്ചോടു ചേർത്തിത്രനാൾ
പ്രിയതീരത്തിന്നേകനായ് സൂക്ഷിച്ച

ഹൃദയച്ചിമിഴിലെ മുത്തും പവിഴവും
കൈപ്പിടിയിൽ നിന്നൂർന്നൊരു നൊമ്പരം
നിറം മങ്ങിയൊരു പതച്ചിരിയിലൊളിപ്പിച്ച്
പിന്നെയും പിന്നെയും തീരത്തെപ്പുണർന്ന്

ഇനിയുമിനിയും തിരികെ വരാമെന്നാശയിൽ
പിൻവാങ്ങുന്നൊരു തിരയുടെ കണ്ണിൽ
നിറയെ നൊമ്പരച്ചിരിപ്പൂക്കൾ
പൊട്ടിച്ചിതറി തെറിച്ചപോൽ...

ഭ്രാന്തുപൂക്കും വീടകങ്ങൾ

ഭ്രാന്തുപൂക്കും വീടകങ്ങളിൽ;
വെള്ളപ്പിഞ്ഞാണ കഷ്ണങ്ങൾ പോൽ,
ശകാരങ്ങൾ ചിതറിത്തെറിച്ചിടും
ഉടഞ്ഞ കറിക്കലങ്ങൾ പോൽ
പതം പറച്ചിലുകൾ ഒഴുകിപ്പരന്നിടും
കുപ്പത്തൊട്ടിയിലെ ചോറ്റുകൂമ്പാരങ്ങൾ പോൽ
പഴിചാരലുകൾ പുളിച്ചു നാറിടും

ഭ്രാന്തുപൂക്കും വീടകങ്ങളിൽ;
തേഞ്ഞ കത്തിയിലെ നിണപ്പാടുകൾ പോൽ
പോർവിളികൾ മൂർച്ചകൂട്ടിടും
മുനിഞ്ഞു കത്തുന്ന നെരിപ്പോടുകൾ പോൽ
വെറുപ്പിൻ കനലുകൾ പുകഞ്ഞുയർന്നീടും
തെറിവാക്കുകളുടെ നിരർത്ഥതകൾ പോൽ
പകയുടെ പക്ഷികൾ മൊഴിഞ്ഞകന്നീടും

ഭ്രാന്തുപൂക്കും വീടകങ്ങളിൽ;
സദാ നിറയുന്ന കണ്ണീർക്കലങ്ങളിൽ
ഗതികേടുകളുടെ പെരും നോവുകൾ വേകും
ചവുട്ടിയാഴ്ത്തിടും ചതുപ്പുനിലങ്ങളിൽ
സഹനങ്ങളുടെ ശിരോലിഖിതങ്ങൾ ഉറയും
നരച്ച ശീലയുടെ ദ്രവിച്ച നൂലിഴകളിൽ
കടമകളുടെ കണക്കെടുപ്പുകൾ തുടരും

ഭ്രാന്തുപൂക്കും വീടകങ്ങളിൽ
നൂറാവർത്തിയലക്കിയാലും വെളുക്കാത്ത
നിറംകെട്ട വിഴുപ്പുകൾ നിറയും
കണ്ണീരും വിയർപ്പും കൂടിക്കുഴഞ്ഞ
കിടപ്പറകളിൽ മടുപ്പിന്റെ ചൂരുവമിക്കും
കനത്ത മൗനം ഘനീഭവിക്കുന്ന
നടുത്തളങ്ങളിൽ വിജനത കുടിപാർക്കും

ഭ്രാന്തുപൂക്കും വീടകങ്ങളിൽ
പൊയ്പ്പോയ കാലം ചികഞ്ഞെടുക്കാൻ
തൊണ്ടയിൽ തടയുന്ന ഗദ്ഗദങ്ങൾ ശ്രമിക്കും
നിറമൊഴിഞ്ഞ കിനാക്കൾ വീണ്ടെടുക്കാൻ
വിധിയെഴുതിയ ചരമക്കുറിപ്പുകൾ പരതും
മരീചികകളായ ചിരിപ്പൂവുകൾ തേടി
ലഹരി നുരയുന്ന മധുപാത്രം നിറയ്ക്കും.

ഭ്രാന്തുപൂക്കും വീടകങ്ങളും
വിഷാദം കനക്കുന്ന മനസ്സടരുകളും
ഒരിക്കലും കൂട്ടിച്ചേർക്കാനാകാത്ത
പൊട്ടിയ പിഞ്ഞാണങ്ങൾപോലെ
ഒരിക്കലും ഇഴചേർക്കാനാകാത്ത
പിഞ്ഞിയ പഴംതുണികൾ പോലെ
പിന്നെയും പിന്നെയും,
അടയാളപ്പെടുത്തിക്കൊണ്ടേയിരിക്കും.

കെണി

എട്ടുകാലിവലയിൽ
കുടുങ്ങിയ ഇരയെപ്പോൽ
രക്ഷപ്പെടാനാവാത്തത്.

ജനനം മുതൽ മരണംവരെ
കടമയുടെ ചങ്ങലയിൽ
തളച്ചിടപ്പെടുന്നത്.

കനിവും കാരുണ്യവും
അവകാശമായ്
കവർന്നെടുക്കപ്പെടുന്നത്.

ആരോപണങ്ങളുടെ
കാരമുള്ളുകൾ തറയ്ക്കുമ്പോഴും
പുഞ്ചിരിക്കാൻ വിധിക്കപ്പെടുന്നത്.

കല്പനകളും ഉപദേശങ്ങളും
ആക്രോശങ്ങളായ് പെരുകുമ്പോഴും
പ്രജ്ഞയറ്റ് വീഴാതിരിക്കേണ്ടത്.

പരിഹാസത്തിന്റെ ആഗ്നേയങ്ങൾ
എട്ടുദിക്കിൽ നിന്നും പതിക്കുമ്പോൾ
പൊള്ളിയടർന്ന് തീരാതിരിക്കേണ്ടത്.

ശകാരത്തിൻ കടുന്തുടിയൊച്ചകൾ
പഞ്ചാഗ്നി പോൽ തിളയ്ക്കുമ്പോൾ
സ്വയം, സ്ഫുടംചെയ്തെടുക്കേണ്ടത്.

കുടഞ്ഞെറിഞ്ഞു കളയാനാകാതെ
പാദത്തിനും പാദുകത്തിനുമിടയിൽ
തറഞ്ഞുകയറുന്ന മണൽത്തരികൾ പോൽ
ജീവിതത്തിന്റെ കാണാപ്പുറങ്ങളിൽ
അനുദിനമേറിടുന്ന കെണികളെത്ര.

നൊമ്പരച്ചിമിഴ്

കാരണമറിയാത്തൊരു നൊമ്പരം
കരളിലൊരുമുള്ളായാഴ്ന്നിറങ്ങുമ്പോൾ
കണ്ണീരുചുവയ്ക്കുന്നൊരുചിരി
കൺകോണിലൊരുചുവപ്പായ്...

> കാരണമറിയാത്തൊരു നൊമ്പരം
> ഉള്ളിൽവെറുതെ വട്ടം ചുറ്റുമ്പോൾ
> ഗദ്ഗദം തിളയ്ക്കുന്ന വാക്കുകൾ
> ശബ്ദമില്ലാത്തൊരു മരവിപ്പായ്...

കാരണമറിയാത്തൊരു നൊമ്പരം
ഹൃദയത്തിലാധിയായ് പടരുമ്പോൾ
നോവിൻ പെരുമ്പറ മുഴക്കങ്ങൾ....
വിറയാർന്നൊരുടലിൽ പ്രകമ്പനമായ്...

> കാരണമറിയാത്തൊരു നൊമ്പരം
> സിരകളിലൊഴുകി ഉൻമാദം നിറയ്ക്കുമ്പോൾ
> കറുത്ത ചോണനുറുമ്പുകൾ
> തെരുതെരെയിഴയുന്നു ചിന്തകളായ്...

കാരണമറിയാത്തൊരു നൊമ്പരം
കളഞ്ഞുപോയൊരു കരുതലാകുമ്പോൾ
തിരിച്ചെടുക്കാനാവാതെയകന്നു മാറുന്നു
ഇഴയടുപ്പം നിറഞ്ഞ ബന്ധവും!

കൂട്ട്

പുലർകാല മഞ്ഞിൽ
കളമൊഴിയോതും
കിളിപ്പെണ്ണുപോൽ

കനവിലും നിനവിലും
കതിരിടും
കവിതപോൽ

മിഴിയിലും മൊഴിയിലും
വിരിഞ്ഞിടും
വസന്തം പോൽ

ഇരുളിലും പൊരുളിലും
തെളിഞ്ഞിടും
മൺചെരാതുപോൽ

അറിയാവഴികളിൽ
ദിശയോതും
വഴിത്തൂണുപോൽ

മുൻപേ നടന്നെന്റെ-
യിരുണ്ട പാതയിൽ
നുറുങ്ങു വെളിച്ചമായ്

വിളിക്കാതെ കൂട്ടിനെത്തുന്നു
യുഗങ്ങളായ് കാത്തുവച്ചോരെൻ
പ്രിയസ്വപ്നമേ നീയും.

ചുവന്ന ഇലകൾ

സ്വപ്നങ്ങളുടെ ചിറകിൽ പറന്ന്
ഇളംകാറ്റിലൂയലാടി കാലം പതിയെ
ഹരിതവർണ്ണങ്ങളിൽ
പീതവും ശോണിമയും കോരിനിറയ്ക്കും

കണ്ടാൽ കൊതിതീരാതെ
വർണ്ണിച്ചാൽ മനം നിറയാതെ
നിറങ്ങളുടെ ഉത്സവമായവ
വഴിവക്കിൽ നമ്മെ കാത്തുനില്ക്കും

അന്തിവാനിൽ തിളങ്ങും
സിന്ദൂരപ്പൊട്ടിനൊപ്പം
ചെമ്പട്ടണിഞ്ഞ
ശിശിരമേഘങ്ങൾപോൽ

അണയാൻ പോകുന്ന
ജ്വാലാമുഖിയുടെ ആളിക്കത്തലായ്
ചിരിച്ചുല്ലസിച്ച് സൗഹൃദചില്ലയിലെ
കടുംചുവപ്പാർന്ന ഇലയൊച്ചകൾ

ശിശിരത്തിൽ കൊഴിയുന്ന
സ്നേഹത്തരുവിലെ

നഗ്നശിഖരങ്ങൾ നിറങ്ങളുടെ
പരവതാനി മണ്ണിൽവിരിക്കും.

ആവർത്തന പുസ്തകത്തിലെ
മറിഞ്ഞുപോകുന്ന ഏടുകളിൽ
ഹരിതമാർന്ന തളിരിലകളിൽ, വീണ്ടും
നിറക്കൂട്ടിനാലവ പകർത്തിയെഴുതപ്പെടും.

വേദനമാപിനി

പറയാനാവാത്ത വേദനകൾ
ചുളിവീണ കൺതടത്തിലും
വിറയാർന്ന ശബ്ദത്തിലും
കവിഞ്ഞൊഴുകും മിഴിയിലും
ആരും അറിയാതെ പോകുമ്പോൾ

പകരാനാവാത്ത വേദനകൾ
കരളിൻ കടച്ചിലിലും
ആഴത്തിലുണരും മുറിപ്പാടിലും
ചുരന്നൊഴുകും ചോരയിലും
ആരും കാണാതെ പോകുമ്പോൾ

നീറിപ്പടരുന്ന വേദനകൾ
ഉപ്പു പുരട്ടും ഓർമ്മയിലും
താളംതെറ്റും നെഞ്ചിടിപ്പിലും
സമ്മർദ്ദമേറും ധമനികളിലും
ആരും കേൾക്കാതെ പോകുമ്പോൾ

ഇരുൾ മൂടിയ മനസ്സിലും
ബധിരത തീണ്ടിയ ചെവിയിലും
തിമിരം മിഴിയുന്ന കണ്ണിലും
ഉടലിന്റെ, മനസ്സിന്റെ വേദന പെരുക്കങ്ങൾ

മിടിപ്പായ്,
ശബ്ദമായ്,
അക്കമായ് അറിയിക്കാൻ
ഉഷ്ണമാപിനി പോലെ,
ശബ്ദമാപിനി പോലെ,
സ്പന്ദമാപിനി പോലെ,
വേണം-എനിക്കൊരു
'വേദനമാപിനി'.

കൺകെട്ട്

അരികിലൊരുതൂവലായ്
കൊഴിഞ്ഞിടാതെ,
വഴിയിലൊരു കരിയിലപോൽ-
പാറിടാതെ,
മൗനത്തിലൊരുവീർപ്പായ്
നിറഞ്ഞിടാതെ
കവിളിലൊരു കണമായ്
നനഞ്ഞിടാതെ
കണ്ണിലൊരുചിരിയായ്
പടർന്നിടാതെ
ഓർമ്മയിലൊരു മുഖമായ്
തെളിഞ്ഞിടാതെ
കരളിലൊരു നൊമ്പരമായ്
കടുത്തിടാതെ
കനവിലൊരു പൂവായ്
വിരിഞ്ഞിടാതെ
നിനവിലൊരു നിലാവായ്
തുടുത്തിടാതെ
കാതിലൊരീണമായ്
പതിഞ്ഞിടാതെ
വാക്കിലൊരു പിൻവിളിയായ്
തീർന്നിടാതെ
കണ്ണിമചിമ്മാത്ത കാഴ്ചപോൽ

കാതോരം നിറയാത്ത കേഴ്‌വിപോൽ
കവിളോരം ചുവക്കാത്ത ലജ്ജപോൽ
നെഞ്ചോളം നിറയാത്ത കനവുപോൽ
പാഴ്‌വാക്കുകൾ പറയാതെ പറഞ്ഞ്
പുകമഞ്ഞിലലിഞ്ഞലിഞ്ഞ്
മായാമരീചിക തൻ
കൺകെട്ടുവിദ്യയിൽ
അവസാന യാത്രാമൊഴി-
പറയാതകന്നുപോയെന്റെ നിഴലും.

എന്നിട്ടും നീ

കടുപ്പമേറിയ കരിങ്കല്ലിൽ
കല്ലുളിരാകിയ മൂർച്ചയിൽ
കൊത്തിയിട്ടും കൊത്തിയിട്ടും
കൺമിഴിക്കാത്തൊരു
ശ്യാമദേവതയായ് നീ...

വെൺതേക്കിന്റെ കടുംകാതലിൽ
അരണികടയും പോൽ
കടഞ്ഞിട്ടും കടഞ്ഞിട്ടും
ഉരുവാകാത്തൊരു
ദാരുശില്പമായ് നീ....

വിഷാദത്തിൻ കൺമഷിചാലിച്ച്
ഹംസത്തൂലികത്തണ്ടിനാൽ
എഴുതിയിട്ടും എഴുതിയിട്ടും
തിളങ്ങാനാവാത്തൊരു
കടക്കൺനോട്ടമായ് നീ...

മയിലാഞ്ചിച്ചാറണിഞ്ഞ
പാദപുഷ്പങ്ങളിൽ
കിലുക്കിയിട്ടും കിലുക്കിയിട്ടും
നിറഞ്ഞാടീടാത്തൊരു
പൊൻചിലങ്കയായ് നീ...

അജി ദേവയാനി

ഇരുളിമ നിറഞ്ഞൊരു കാടകത്തിൽ
കടുംനിറത്താൽ പതം വരുത്തി
വരച്ചിട്ടും വരച്ചിട്ടും
തെളിമയേറാത്തൊരു
ഹരിതമൗനമായ് നീ...

ഓടത്തണ്ടിൻ മുറിവുകളിൽ
കുളിർക്കാറ്റിൻ ശീൽക്കാരം
പകർന്നിട്ടും പകർന്നിട്ടും
കേൾക്കാനാവാത്തൊരു
ഭൂപാളരാഗമായ് നീ..

കതിരോന്റെ പൊൻവെളിച്ചത്തിൽ
തുടുമഞ്ഞിൻ കണങ്ങളേറ്റ്
വിരിഞ്ഞിട്ടും വിരിഞ്ഞിട്ടും
നിറചിരി മറന്നുപോയൊരു
ശോണപുഷ്പമായ് നീ...

എന്നിട്ടും എന്നിട്ടും നീയെൻ
ഓരോ ശ്വാസവേഗങ്ങളിലും
ഓരോ രാക്കിനാക്കളിലും
മരീചികപോൽ മറയുന്ന
മഴവിൽത്തുടിപ്പായ് മുന്നിൽ....

ആഴം

അളന്നു തീർക്കാനാകാതെ
ആഴക്കടലിൻ ആഴം.

പറഞ്ഞുതീർക്കാനാകാതെ
ചിന്തകളുടെ ആഴം.

കണ്ടുതീർക്കാനാകാതെ
കനവുകളുടെ ആഴം.

കരഞ്ഞുതീർക്കാനാകാതെ
സങ്കടങ്ങളുടെ ആഴം.

നടന്നുതീർക്കാനാകാതെ
പെരുവഴിയുടെ ആഴം.

കേട്ടു തീർക്കാനാകാതെ
വാക്കുകളുടെ ആഴം.

പൂരിപ്പിച്ചുതീർക്കാനാകാതെ
ജീവിത സമസ്യകളുടെ ആഴം.

പൂർത്തിയാക്കാനാകാതെ
കർമ്മ കാണ്ഡങ്ങളുടെ ആഴം.

ആഴങ്ങളുടെ ആഴത്തിൽ
ആണ്ടുമുങ്ങുമ്പോഴും
ഇനിയുമെത്ര ആഴമെന്ന്
വാഴ്‌വിൻ അതിശയം.

പച്ചിലപ്പന്തൽ

കിളിമരത്തിലെ പഴങ്ങൾ കൊത്തി
നൊടി നേരത്തിന്നിടയിൽ മറയുന്ന
അടക്കാക്കിളികൾ.

ചുവന്ന ചാമ്പങ്ങയുമായ്
അകലേക്ക് പറന്നകലുന്ന
പേരറിയാക്കിളികൾ.

ആമ്പൽക്കുളത്തിലെ
വർണ്ണമത്സ്യക്കുഞ്ഞുങ്ങൾക്കായ്
തപസ്സനുഷ്ഠിക്കുന്ന ചാരമുണ്ടികൾ.

പകലോൻ മറയുവോളം
താമരപ്പൊയ്കയിൽ ഒച്ചിനെ തിരയുന്ന
കുളക്കോഴിക്കുഞ്ഞുങ്ങൾ.

മൺചട്ടിയിലെ വെള്ളം
തടാകമാക്കി തുടിച്ചുകുളിക്കുന്ന
ചിത്തിരപ്പറവകൾ.

തമ്മിൽ കലഹിച്ചൊച്ചവച്ച്
മരക്കൊമ്പുകൾതോറും മറയുന്ന
ഓലഞ്ഞാലിക്കിളികൾ.

കടുക്കുന്ന വേനലിന്റെ
വരവറിയിച്ച് വിരുന്നിനെത്തുന്ന
വർണ്ണ മയൂരങ്ങൾ.

മിന്നൽക്കൊടിപോൽ പറന്ന്
ഓരോ പൂവിലും തേൻ നുകരുന്ന
സൂചിമുഖിക്കുരുവികൾ.

മുറ്റം മുഴുവൻ ചികഞ്ഞ്-
ചികഞ്ഞ് ഇര തിരയുന്ന
വാലാട്ടിപ്പക്ഷികൾ.

വിരുന്നുകാരെ കാത്തുകാത്ത്,
തരംകിട്ടിയാൽ തസ്കരരാകുന്ന
കാവതിക്കാക്കകൾ.

മുഴങ്ങുന്ന ശബ്ദത്തിൽ
സാന്നിദ്ധ്യമറിയിച്ച് പരസ്പരം
തിരയുന്ന ചകോര മിഥുനങ്ങൾ.

ഇലച്ചാർത്തിലൊളിച്ച്
പ്രണയഗീതം പൊഴിക്കുന്ന
കരിങ്കുയിലിണകൾ.

തൊടിയിലെ പഴക്കൂടകൾ-
കവരാനായ് നിത്യവുമണയുന്ന
പച്ചപ്പനങ്കിളികൾ.

ഇരുളിന്റെ നിശ്ശബ്ദതയിൽ
ഭയമേറ്റുമൊരു മൂളലായ്
ഇമചിമ്മാതെ തുറുകണ്ണുമായ് മൂങ്ങകൾ.

പ്രതീക്ഷയുടെ പുലരികൾ
വിഷുക്കണി പോലെയെന്നും
എനിക്കു മുന്നിൽ വിടർത്താനായ്.

മുറ്റത്തു ഞാനൊരുക്കിയ
പച്ചിലപ്പന്തലിൽ
ദിനവുമെത്തുന്ന
പ്രിയവിരുന്നുകാരിവർ.

പിൻവിളി

ആൾക്കൂട്ടത്തിന്നാരവങ്ങളിൽ
ആരേയോതിരയുന്നവൾ

പഴയപാട്ടിന്നീരടികളിൽ
പ്രണയം പരതുന്നവൾ

തിളച്ചുപൊന്തും വഴിച്ചൂടിൽ
മരീചികതേടുന്നവൾ

നുരഞ്ഞുതീരും കടൽത്തിരയിൽ
ഓർമ്മകൾ കരുതലാക്കുന്നവൾ

കണക്കു പുസ്തകത്താളുകളിൽ
ജീവിതം കൂട്ടിക്കിഴിക്കുന്നവൾ

കനവിലൂറും വാക്കുകളിൽ
കവിത വിരിയാൻ കാത്തിരിക്കുന്നവൾ

നിനവിലൊരു പിൻവിളിക്കായ്
കാലമിത്രയും കാതോർത്തിരുന്നവൾ

അപരിചിത

കൺതടങ്ങളിൽ
കരിനിഴലുള്ളവൾ

കവിളിണകളിൽ
തീരാച്ചുളിവുള്ളവൾ

കൺപീലികൾ
ഏറെക്കൊഴിഞ്ഞവൾ

കൃഷ്ണമണികളിൽ
ചെമ്പൻനിറമുള്ളവൾ

നരകയറിയ ശിരസ്സിൽ
കൊഴിഞ്ഞ മുടിയിഴകളുള്ളവൾ

കരുവാളിച്ച ചുണ്ടുകളിൽ
ചിരി മറന്നുപോയവൾ

മുഖംനോക്കിയ കണ്ണാടിയിൽ
തികച്ചുമൊരപരിചിത

ഏറെനേരമായെന്നെ
തുറിച്ചുനോക്കുന്നു.

കാടെഴുത്ത്

തൊടിയിൽ തിങ്ങിവളരുന്ന
വൻമരങ്ങൾക്കൊപ്പം
അതിരുകൾക്കപ്പുറത്തേക്കെന്റെ
മുറ്റത്തെ പച്ചപ്പുകളെത്തിനോക്കെ,

കുളിർമ്മയേകുന്നൊരു
സാന്ദ്രമേരുവായ്
നിബിഡമായൊരു മൗനമി-
വിടെ കനത്തുനില്ക്കെ,

ഉടലിന്റെ പെരുക്കങ്ങളും
മനസ്സിന്റെ ഞെരുക്കങ്ങളും
ചിന്തയുടെ അടരുകളുമീ
ഹരിതഭാവത്തിലാണ്ടുപോകെ,

പച്ചക്കിളികളും
പച്ചിലത്തുള്ളൻമാരും
പച്ചിലപ്പാമ്പുമെന്ന-
ങ്കണത്തിൽ വിരുന്നിനെത്തെ,

വെട്ടിയും കോതിയും
വളച്ചും വളർത്താനായ്
ഇരമ്പിയാർക്കുമുപദേശങ്ങൾ

ചുറ്റിലും പെരുകെ,

മുഖം നിറച്ചൊരു ചിരിയാൽ
നിഷേധം മറുപടിയായ്
പകർന്നു രസിച്ചെന്റെ-
യുള്ളം തളിർക്കെ,

കത്തിയും കൊടുവാളും
കത്തിരിയുമില്ലാതെഴുതി
ഞാനെന്റെ മുറ്റത്തും മനസ്സിലും
പച്ചപ്പു നിറച്ചൊരു കൊച്ചു കാനനം!

അമ്മ

ആരൊക്കെയോ പറയുന്നു
അല്ല, എല്ലാവരും പറയുന്നു,
കാഴ്ചയിലും സ്വഭാവത്തിലും
ഞാൻ അമ്മയുടെ നേർരൂപമെന്ന്

തരംപോലെ മറുമൊഴികൾ മെനഞ്ഞ്
വെറുതെ ചോദ്യങ്ങളെറിഞ്ഞ്
ഞാനെന്നും അവയ്ക്കെതിരെ
പ്രതിരോധം തീർത്തിരുന്നു.

അത്രയും നിറമില്ലെനിക്ക് ...?
അത്രയും മുടിയില്ലെനിക്ക് ...?
അത്രയും ചിരിയില്ലെനിക്ക് ...?
എന്ന് ബാല്യത്തിൽ,

എന്തിനാ ഇത്ര വഴക്ക് ...?
എന്തിനാ ഇത്ര ഉപദേശം ...?
എന്തിനാ ഇത്ര ഓർമ്മപ്പെടുത്തൽ ...?
എന്ന് കൗമാരത്തിൽ,

എന്തിനാ ഇത്ര സങ്കടം ...?
എന്തിനാ ഇത്ര നിസ്സഹായത ...?
എന്തിനാ ഇത്ര പാവമാകുന്നത് ...?
എന്ന് യൗവനത്തിൽ,

എന്താ ഒന്നും അറിയില്ലേ ...?
എന്താ ഒന്നിനും മറുപടിയില്ലേ ...?
എന്താ ഒന്നും ഓർമ്മയില്ലേ ...?
എന്ന് വാർദ്ധക്യത്തിൽ,

കാലംകാത്തുവയ്ക്കുന്ന
ദശാസന്ധികളിലും
തീരാ സങ്കടങ്ങളിലും
ഇവയൊക്കെ ഞാനും കേൾക്കുമ്പോൾ

നാല്ക്കൂട്ട പെരുവഴിയിൽ
മറുമൊഴികളില്ലാതെ
ഞാനും പകച്ചു നില്ക്കുന്നു
അമ്മയുടെ നേർരൂപമായ് !

എനിക്കായൊരുമഴ

പതിയെ, തണുവുള്ള
മന്ദഹാസം പോലൊരു
ചെറുനിലാത്തുള്ളിയെൻ
നെറുകയിലിറ്റുന്ന പുണ്യമായ്

മുറുകും വീണക്കമ്പിയിലാരോ
മൃദുവാർന്ന തൂവലാൽ
തലോടുമ്പോഴുണരുന്ന
നേർത്തൊരു കളനാദമായ്

മുളംതണ്ടിൽ മുറിവിലിളം-
കാറ്റുമുരളുന്ന മന്ദ്ര-
മായൊരുവേണുഗാനത്തിൽ
പടരുന്ന ലഹരിതൻ ലയമായ്

പ്രണയത്തുടുവിരൽ പതിയെ
തൊടുമ്പോഴൊരുലജ്ജയാൽ
മിഴിക്കൂമ്പുമാമ്പൽമൊട്ടിൽ
നിറയുന്ന മുഗ്ദമൗനമായ്

ഒരു കുഞ്ഞിളംതെന്നലിൽ
പൊഴിയുമിലച്ചാർത്തിൻ

ചെറുതുടിപ്പാർന്ന മധുര-
ഗൂഢസ്മിതമായ്

ഒരുമേഘത്തുണ്ടിൽ നിന്ന-
ടർന്നെന്റെ മുറ്റത്തു
ചിതറിത്തെറിക്കും മഴവിൽ
ചെറുചിരിയൊച്ചയായ്

ഇരുളിൽ മിഴിവാർന്നു
മദിക്കുമൊരുമിന്നലൊളിക്കൊപ്പം
തെളിനീരായൊരുമഴയെനിക്കു
മാത്രമായിവിടിപ്പൊഴും പെയ്തുതോരാതെ.

കാത്തിരിപ്പിന്നൊടുവിൽ

സ്വപ്നങ്ങളുടെ പശമണ്ണുകുഴച്ച്
ചുവരുകൾ തീർത്ത്
കദനത്തിന്റെ കരിയുടച്ച്
നിലം മെഴുകി
ഓർമ്മകൾ ചിന്തേരിട്ട
വാതായനങ്ങൾ തുറന്ന്
പ്രതീക്ഷകൾ നിറം ചാലിച്ച
മേല്ക്കൂര പണിഞ്ഞ്
ചിരിയും കരച്ചിലും തൊട്ട്
കോലമെഴുതി
കണ്ണീരും കിനാക്കളുംകൊണ്ട്
പ്രാതലൊരുക്കി
പ്രണയത്തിന്റെ നനുത്ത
തൂവൽ ശയ്യ വിരിച്ച്
കാതോർത്തിരുന്നതും
കൺപാർത്തിരുന്നതും
അന്തിമേഘത്തേരിലേറി
മഴവില്ലിൻ ചാരുതയായ്
ചെറുമിന്നൽ പൊന്നൊളിയായ്
പ്രിയനേ, നീ വരുന്നതും കാത്ത്
അർദ്ധചന്ദ്രന്റെ നിലാവായ്
ഉദയസൂര്യന്റെ മന്ദഹാസമായ്
ഇളംകാറ്റിന്റെ തലോടലായ്
മഴത്തുള്ളികളുടെ മർമ്മരമായ്

പുലർമഞ്ഞിന്റെ കുളിരായ്
അരിമുല്ലപ്പൂവിന്റെ പുഞ്ചിരിയായ്
കനവിലും നിനവിലും നിറഞ്ഞവൻ നീ!
കല്പാന്തകാലം നീണ്ട
അനന്തമായ കാത്തിരിപ്പിന്നൊടുവിൽ
ചീറിയടിക്കും തുലാക്കാറ്റുപോലെ
അമാവാസിയായ് സൂര്യതാപമായ്
മൂടൽമഞ്ഞായ് പേമാരിയായ്
ചക്രവാളസീമകൾക്കപ്പുറത്തുനിന്നും
വെള്ളിടിയുടെ അട്ടഹാസമായ്
തകർന്നടിഞ്ഞൊരെൻ
മൺകുടിലിൻ മുറ്റത്ത്
ഇരുട്ടുപോൽ ചിരിച്ച്
ചോരച്ച കണ്ണുകൾ തുറിച്ച്
മരണത്തിന്റെ തണുപ്പായ്
നീ പറന്നെത്തി!

ബാക്കിപത്രം

വൈഡൂര്യമെന്ന് കരുതി
നെഞ്ചോടുചേർത്തത് വെറും
കാക്കപ്പൊന്നെന്നു തിരിയു-
മ്പോഴുള്ളം തകർന്നുവോ?

തേൻമൊഴിയെന്നോർത്തു
മനസ്സിൽ പതിച്ചതിൻ
പതിരെല്ലാം തെളിഞ്ഞപ്പോൾ
കൺകോണ് നനഞ്ഞുവോ?

ജന്മവാഗ്ദാനങ്ങളെന്നു-
രച്ച വീൺവാക്കുകൾ
കന്മഷമെഴുതിയ ജല
രേഖയായ് മാഞ്ഞുവോ?

അവസാന ശ്വാസംവരെ-
ക്കൂടെയുണ്ടെന്നോതിയ മിടിപ്പുകൾ
അനാദിയാം മൗനത്തിന്ന-
കമ്പടിയാകുന്നുവോ?

ഒന്നിന് മറ്റൊന്ന് പകരമാവില്ലെന്ന
നിത്യബോധമതൊന്നുമാത്രമായ്
കനിവിന്റെയൊരുതുള്ളി തിര-
യുന്നൊരു ജന്മം ബാക്കിപത്രമായ്.

ലയം

കരിവണ്ട് തുളച്ചൊരാ
മുളന്തണ്ടിൻ മുറിവിലോ
അനുരാഗഭരിതമാം
മുരളീഗീതം!

മേടവെയിൽ പൊന്നുരുക്കും
കണിക്കൊന്നപ്പൂവിതളിലോ
പരിലാളനത്തിൻ മധുരിത-
രൂപഭാവം!

മൂവന്തി മിഴിപൂക്കും
നിത്യകല്യാണിതൻ ചിരിയിലോ
പരിരംഭണത്തിൻ
ലയലാസ്യഭാവം!

വിധുനോക്കി വിടരുന്ന
നെയ്യാമ്പൽ മൊട്ടിൻ മൊഴിയിലോ
ഏകാകിനി തൻ
ശോകമൗനഗാനം!

വിരൽ തൊട്ടാൽ മിഴികൂമ്പും
ഇലഞ്ഞെട്ടിൻ കരളിലോ

അരുതരുതേയെന്ന
വിഷാദരാഗം!

പ്രണയം പിളർന്നൊരെൻ
ഹൃത്തിൻ മിടിപ്പിലോ
കദനഭാരത്തിൻ പുതു
കാവ്യശകലം!

മകൾ

കനവിൽ ഗർഭം ധരിച്ചൊരു
മകളെ നൊന്തുപെറ്റ്,
'പുനർജ്ജനി'യെന്നവൾക്കു പേരിട്ട്
അമ്മിഞ്ഞയൂട്ടി, താരാട്ട് പാടി
വാലിട്ട് കണ്ണെഴുതി മുടി കോതിയൊതുക്കി
കുന്നിക്കുരുവും മഞ്ചാടിമണിയും നല്കി

പൂമ്പാറ്റച്ചിറകുള്ളൊരു
വർണ്ണക്കുപ്പായമിടുവിച്ച്
പാടവരമ്പിലൂടെ കൈപിടിച്ച്
ആദ്യാക്ഷരമെഴുതിക്കാൻ
ആശാന്റെ മുറ്റംതേടി ഞാൻ
നടന്നതേത് ജന്മത്തിലായിരുന്നു!

അറിവുമക്ഷരവും പകർന്നവളെ
വളർത്തിയതുമന്നായിരുന്നില്ലേ!

അരുതുകളുടെ മഹാസാഗരമായി
ഞാനവൾക്കു മുന്നിലലച്ചെത്തിയില്ല
നിയന്ത്രണങ്ങളുടെ അണക്കെട്ടുകൾ
ഞാനവളുടെ വഴിയിൽ തീർത്തില്ല

സ്വപ്നം കാണാനൊരു നീലവാനം
ഞാനവൾക്കു മുന്നിൽ നീർത്തിയിട്ടു

നന്മയുടെ വർണ്ണപുഷ്പങ്ങൾ
ഞാനവൾക്ക് കാട്ടിക്കൊടുത്തു

എന്നിട്ടുമെന്നേക്കാൾ മിടുക്കിയായവൾ
ഞാൻ പകർന്നതിലേറെ പഠിച്ചു.

ചതി വഞ്ചന കന്മഷം കപടത
കുത്തുവാക്ക് പരിഹാസമെന്നീ
ലോകയാഥാർത്ഥ്യങ്ങളെല്ലാം
കാലമവളെ പഠിപ്പിച്ചു

വൻപഠിപ്പുകൾക്കൊടുവിലവൾ
തിരിച്ചറിഞ്ഞുവോ സ്വയം
'ജീവിക്കാൻ മറന്നുപോകരു-
തായിരുന്നു'വെന്ന സത്യം
പഠിച്ചില്ലെന്നൊരു യാഥാർത്ഥ്യം!

അതു പഠിക്കുവാനായ് വരും
ജന്മങ്ങളിലുമെന്റെ മനസ്സിൽ
പിറക്കുമോ വീണ്ടുമവൾ
'പുനർജ്ജനി'യായിത്തന്നെ?

തലമുറകൾ കൈമാറുന്ന
മൃതിയുടെ 'പുനർജ്ജനി.'

യാത്ര

എല്ലാ യാത്രകളും ഓരോ വ്യഥയാണ്
ഭാണ്ഡമൊരുക്കി യാത്ര തുടങ്ങുന്നത് മുതൽ
തിരിച്ചു വീടണയുന്നതുവരെയുള്ള വ്യഥകൾ
അതിനിടയിൽ, ഓർക്കാൻ കുറെ നിമിഷങ്ങൾ
ഏതൊക്കെയോ വഴിത്തിരിവുകളിൽ കണ്ടുമുട്ടുന്നവർ
കുറെദൂരം ഒരുമിച്ചു പിന്നിടുന്നവർ
ഏറെ ചിരിച്ചും പറഞ്ഞും
ചിലപ്പോൾ അർദ്ധമൗനത്തിലും
ഒടുവിൽ യാത്രപോലും പറയാനാവാതെ
മറ്റൊരു വഴിത്തിരിവിൽ
പിരിഞ്ഞുപോകുന്നവർ...
പിന്നീടുള്ള യാത്രകളിലെല്ലാം
നൊമ്പരമുണർത്തുന്ന ഓർമ്മകളായ്
പഴയ യാത്രകൾ
നൊമ്പരം വളർന്ന് വീണ്ടും തീരാവ്യഥകളായ്
അവസാനിക്കാത്ത യാത്രകൾ...
കണ്ട ദേശങ്ങളും കേട്ട ശബ്ദങ്ങളും
അനുഭവങ്ങളുടെ ഭാണ്ഡത്തിൽ
സ്ഥാനം പിടിക്കുമ്പോൾ
ഭാരമേറ്റുന്ന ചുമലുകളിൽ വേദന
യാത്ര തുടരുമ്പോൾ
ഒരു ചുമലിൽനിന്നും മറ്റൊന്നിലേക്ക്
ഭാണ്ഡത്തിന്റെ സ്ഥാനം മാറുമെന്നുമാത്രം.

വഴിക്കെടുത്തുകൊറിക്കാൻ
സ്നേഹസ്പർശങ്ങളുടെ സാന്ത്വനം
ഓർമ്മക്കടലുകളുടെ പാഥേയം
കണ്ണീർത്തണുപ്പിന്റെ ഇളനീർ
ഒടുവിൽ വ്യഥകളേതുമില്ലാത്ത
തിരിച്ചുവരവില്ലാത്ത അവസാനയാത്രയിൽ
അനുഭവങ്ങൾ വിറകുകൊള്ളികളാകുന്നു
ഓർമ്മകൾ പനിനീരും
ചന്ദനവുമാകുന്നു
സാന്ത്വനങ്ങൾ
എള്ളും പൂവുമാകുന്നു
ചുടുനിശ്വാസങ്ങൾ
ഉലയൂതുന്നു...

സൂര്യതന്ത്രം

പ്രഭാതസൂര്യന്റെ കുളിർകിരണങ്ങളേ-
ല്ക്കുന്ന മലമടക്കുകളിലെ ശാന്തതപോലെ...
മേടസൂര്യന്റെ കത്തുന്ന ഉച്ചച്ചൂടിലും
അടിമുടി പൂക്കുന്ന കണിക്കൊന്നപോലെ...
മദ്ധ്യാഹ്നസൂര്യന്റെ ഉഷ്ണനിഴലുകളിലെ
തളിർത്ത അരയാലിലകളിലെ കാറ്റുപോലെ...
പോക്കുവെയിൽ പൊന്നാക്കുന്ന സാന്ധ്യ-
ശോഭകളിലെ ചെന്നിറം പൂണ്ട കിനാക്കൾ പോലെ...
ഒരു പ്രണയത്തിൻ കുരുന്നോർമ്മകളിൽ
മാടപ്രാവുപോൽ ചേക്ക കണ്ടെത്തിയ കാലം!

തിരിച്ചുകിട്ടാത്ത പ്രണയത്തിൻ നൊമ്പരമായ്
പിടിച്ചുവാങ്ങുന്ന സ്നേഹത്തിൻ ഭാരമായ്
ഓർമ്മയിൽ തങ്ങിനില്ക്കാത്തൊരു മുഖമായ്
തിരസ്കരിക്കപ്പെട്ടൊരു മുറിവിൻ നീറ്റലായ്
മറുകുറിയില്ലാത്തൊരു സന്ദേശത്തിൻ സന്ദേഹമായ്
പ്രതികരിക്കാത്തൊരു വാക്കിൻ നിശ്ശബ്ദതയായ്
മാറ്റിയെഴുതിയതേത് രാസപരിണാമം?
മായ്ച്ചുകളയുവതേത് സൂര്യതന്ത്രം?

മാർജ്ജാരം

നാല്ക്കൂട്ടപ്പെരുവഴിയിലുപേക്ഷിച്ച്
കുടഞ്ഞെറിഞ്ഞുഞാനകന്നിട്ടും
തിരികെയണഞ്ഞെൻ കാലടികളിലുരുമ്മി
ഒരു കുറുകലോടൊപ്പം നടക്കുന്നു.....

ചില നേരമിത്തിരി ശാന്തതയോടെ
ചില നേരമൊട്ടൊരു കനിവോടെ
ചില നേരമൊത്തിരി രൗദ്രതയോടെ
ചില നേരമൊരു തീരാ വേദനയായ്

ചില നേരമൊരു മഹാഭാരമായ്
ഇത്രകാലവും നെഞ്ചിലേറ്റിയതിനെ
നെടുമ്പാതയോരത്തെ വിജനതയി-
ലെന്നേക്കുമുപേക്ഷിക്കണമെന്നും

അതിന്റെ നിലവിളിയെത്താദൂരങ്ങളിൽ
നിന്നോടിയകലണമെന്നും പിൻവിളി-
കേട്ടൊരു വെറും നോട്ടം പോലുമാകരുതെന്നും
ഞാനെത്ര തീക്ഷ്ണമായി ആഗ്രഹിച്ചു.

എന്നിട്ടുമൊരൊഴിയാ ബാധപോലെ-
യാർദ്രമായൊരു പിൻകരച്ചിലിനാൽ
വീണ്ടുമെന്നെ തേടിയെത്തുവതൊരു

വെറും കുറുകലോ ഉരുമ്മലോ?

നിറവേറ്റപ്പെടാത്ത വാഗ്ദാനങ്ങളാലും
അർത്ഥമില്ലാത്ത വാക്കുകളാലും
പൊള്ളയായ സാന്ത്വനങ്ങളാലും
എത്താക്കൊമ്പത്തെ കിട്ടാക്കനിയായി

മായാമരീചികപോലെന്നെ തളയ്ക്കുന്ന
പാഴ്ക്കിനാവിൻ പാശത്തിലെന്നെ കുരുക്കുന്ന
പ്രലോഭനത്തിൻ കാന്തവലയമായ്
പ്രജ്ഞയിൽ നഖമാഴ്ത്തുമെൻ പ്രണയമാർജ്ജാരം

രാത്രി

ഈറൻ നിലാവലിഞ്ഞലിഞ്ഞ്
താളാത്മകമായി നിശ്ശബ്ദയാകുന്ന രാത്രി.
മൺചെരാതുകൾ കരിന്തിരി കത്തി
ഘനഗംഭീരയായി ശ്യാമപക്ഷയാകുന്ന രാത്രി.

കനക്കുന്ന ഇരുട്ടിൽ തുറിച്ചുനോക്കി,
ജാലകപ്പഴുതിലൂടെ രാത്രിയെയറിയുന്ന ഞാൻ.

വാഴക്കൂട്ടങ്ങളിൽ കേട്ടുമറന്ന
യക്ഷിക്കഥയിലെ നായികമാർ.
നീണ്ടിഴയുന്ന തെങ്ങോലത്തുമ്പുകളിൽ
രാത്രിഞ്ചരന്മാരായ ഗന്ധർവ്വകാമുകർ
തെരുവുവിളക്കിന്റെയിത്തിരി വെട്ട-
ത്തിലെരിഞ്ഞുവീഴുന്ന ഈയാംപാറ്റകൾ
വഴിയോരങ്ങളിൽ പെരുവിരലീമ്പി-
യുറങ്ങുന്ന കുരുന്നു കനവുകൾ
മുഷിഞ്ഞ മാറാപ്പിലെ പഴന്തുണിയിൽ
തുറിച്ചുനോക്കുന്ന പീളകെട്ടിയ നരച്ച കണ്ണുകൾ.

അകലെ ചെമ്മൺപാതയിൽ
നടന്നകലുന്ന കുറെ നിഴലുകൾ.
അറിയാ വ്യഥകളിൽ ധൃതിപ്പെട്ടോ-
ടുന്ന മുഖമില്ലാത്ത ആത്മാവുകൾ പോലെ.

വിജനമാകുന്ന നിരത്തിൽ
വലിഞ്ഞുനടന്നു മറയുന്ന തെരുവുവേശ്യ.
വിലപേശലിന്റെ കിലുക്കവുമായി പിറകെ
വിവേകമില്ലാത്തൊരു മനസ്സിൻ മടിക്കുത്ത്.
അവരെയറിയുന്നവനായി
ഒരു പാതിരാക്കിളിയുടെ തേങ്ങൽ.

ഈ രാത്രി

ആവർത്തന വിരസതയേറ്റുന്ന കാഴ്ചകൾ തന്ന്
ഇനി വരും പകലിനെ കീഴടക്കാമെന്ന്
വെറുതെ മോഹിക്കുന്നവൾ.
ഇവളെനിക്കപരിചിതയല്ല!
ഇവൾ തന്നെയല്ലേ ഞാൻ...?

കാത്തിരിപ്പ്

വെള്ളിടിതൻ അട്ടഹാസമായ്
ചീറിയടിക്കും തുലാക്കാറ്റിൽ
നിലംതൊടാതെ പറന്നെത്തി
കരൾ പിളർക്കും മിന്നൽപ്പിണരായ്
പടകധ്വനികളകമ്പടിയോടെ
പ്രജ്ഞയിലേക്കാഴുന്നൊരഗ്നിനാളമായ്
    എൻ കണ്ണിലെ ചോരമഴ കാണാൻ
    എന്നുയിരിലെ ഭ്രാന്തിൻ പുലമ്പൽ കേൾക്കാൻ
    എന്റെ കിനാക്കളെ മുറിപ്പെടുത്തി
    എന്റെ ചിന്തകളിലിരുട്ടുപടർത്തി
എന്റെ വാക്കുകൾ ഗദ്ഗദമാക്കിയൊരു
കൊടുങ്കാറ്റിൻ നിയോഗമായ്
നിമിഷവേഗ രഥത്തിലിന്നു
നീയെത്തുവതറിയുന്നു ഞാൻ
    ഏതായുധത്തിൻ മൂർച്ചകൂട്ടി
    ഏതറിവിൻ ഭാണ്ഡമുയർത്തി
    ഏതുവാക്കുകളിൽ തീക്ഷ്ണത
    യേറ്റി ഞാനിന്ന് നിന്നെത്തടുക്കും?
ഒരായുധത്തിനുമൊരറിവിനും
ഒരു വാക്കിനും മുന്നിൽ
പതറാത്തവൻ നീ-
യെന്നും ഞാനറിയുന്നു.
    പെയ്തൊഴിയാത്ത പ്രണയത്തിൻ

കനൽത്തുള്ളികളിറ്റുന്ന
മഴമരത്തണലിലീ
നെടുമ്പാതയോരത്തിന്റെ
മഹാവിജനതയിലതിനാ-
ലിന്നു നിന്നെ കാത്തിരിപ്പൂ ഞാൻ!
എന്റെ ജന്മനിയോഗത്തി-
ന്നന്തിമവിധിയുമായെത്തുന്ന
എന്റെ സ്വപ്നങ്ങളെ വെള്ളപുതയ്ക്കുന്ന മരണമേ
നിന്നെ വരവേല്ക്കാൻ!

ആരായിരുന്നു?

ആരായിരുന്നു
കൺപോളകളിൽ കത്തുന്ന വെളിച്ചമായ്
ഭൂമിയുടെ വാതിലിൽ വഴിവിളക്കായത്?

ആരായിരുന്നു
അണിവിരൽ പിടിച്ച് പിച്ചനടത്തി
അറിയാ പാതയിൽ മുൻപേ നടന്നത്?

ആരായിരുന്നു
പ്രണയത്തിന്റെ തോളിലേറ്റി
സ്വപ്നഭൂമിയുടെ കാണാത്തീരങ്ങൾ തേടിത്തന്നത്?

ആരായിരുന്നു
കപടസന്തോഷങ്ങളുടെ ദാമ്പത്യത്തിൽ
തളർച്ചയാറ്റി കൂടെ നിന്നത്?

ആരായിരുന്നു
നഷ്ടതാപത്തിൽ മനം നീറിയപ്പോൾ
കുളിർനിലാവായി ചാരത്തണഞ്ഞത്

ആരായിരുന്നു
ജനിമൃതികളുടെ വാതായനം തുറന്ന്
ജീവിതത്തിന്റെ നിരർത്ഥകത കാട്ടിത്തന്നത്

ആരായിരുന്നു
പിറന്ന നാൾ മുതൽ ഓരോ ചുവടിലും
ഈറൻനിലാവായി പിരിയാതെ നിന്നത്

ഓരോ വഴിത്തിരിവിലും ഞാനെത്തുമ്പോൾ
പതറാതെയെന്നെ നയിച്ചവൻ
ദിക്കറിയാക്കവലകളിൽ,
വഴിചൂണ്ടിയായണഞ്ഞവൻ
ഇനി, അവസാന ശ്വാസത്തില-
വസാന ചുവടുവരെ ഒപ്പം നടക്കേണ്ടവൻ

കറുത്ത പട്ടിന്റെ അംഗവസ്ത്രമണിഞ്ഞ്
എന്റെ പ്രജ്ഞയിൽ നിറസാന്നിദ്ധ്യമാകേണ്ടവൻ
അതു നീയായിരുന്നു...

'പിംഗള കേശിനി'യായ
മരണദേവതയുടെ
ആദ്യദൂതൻ.

പുനർവായന

പകുതി വായിച്ചുപേക്ഷിച്ചൊരാ
വിരസമായ പുസ്തകം
പൊടിതട്ടി പുറത്തെടുത്തു ഞാൻ
വീണ്ടും വായിച്ചുതുടങ്ങുവാൻ.
കരുതലോടെ തുറന്നുനോക്കുമ്പോൾ
പല പുറങ്ങളും പൊടിഞ്ഞുപോയ്
ഉറുക്കുത്തിയടർന്നുവീഴുന്നു.
വാലൻപുഴുവരിച്ച പുസ്തകച്ചട്ട
ചിതലെടുത്തു ദ്രവിച്ചുപോയ്
ചിരകാലമെന്നോർത്ത ചിന്തകൾ
നിറംമങ്ങി മാഞ്ഞുപോയ്
അനശ്വരമാകേണ്ട അക്ഷരക്കൂട്ടങ്ങൾ.
പലകുറി മറിച്ചുപോകുമ്പോൾ
ഇടയിലൊരു താളിലായ് പണ്ടു
കരുതിവച്ചൊരു ചെറുമയിൽപ്പീലി-
ക്കണ്ണൊരെണ്ണം ചിരിക്കുന്നു.
മായികച്ചെപ്പിലെ വർണ്ണരാജിയായ്
കുപ്പിവളത്തുണ്ടിലെ മഴവില്ല് തെളിയുന്നു
ഇടയിൽ മറ്റൊരു താളിൻ നടുവിലായ്
കറുത്തുണങ്ങിയ പനിനീരിതളുകൾ.
അടിവരയിട്ട് കാത്തൊരു
നറും നിലാവായ് കരുതിയ സ്വപ്നം
ഒരു ചെറുനോവായ് മഷിയുണങ്ങി

പടർന്നവ്യക്തമായ് ചിതറി
പരതി, പലതും വീണ്ടെടുക്കാനായ്
പലകുറി പിന്നെയുമാ പുരാതനപുസ്തകം
ഒരുമാത്ര, കൺചിമ്മിയക്ഷരം മങ്ങുന്നു
ഒരു വാക്കുപോലും പിടിതരുന്നില്ല
ഒരു വരിയെങ്കിലും തെളിഞ്ഞു കിട്ടാനായ്
കാത്തിരുന്നു ഞാൻ അനന്തമായ്
ചിതറിയ ചിന്തയെ ക്രമപ്പെടുത്താനാവാതെ
പതിയെയടച്ചു ഞാൻ ഒടുവിലാ പുസ്തകം.

വടുക്കൾ

ഉടലിനും മനസ്സിനും
ഏറ്റ മുറിവുകളിൽ
വരും നാളുകളിൽ
ചോരയൊഴുക്കു നിലയ്ക്കും

മുറിവായിലെ നനവുണങ്ങും
മുറികൂടിയാൽ പഴുപ്പു നീങ്ങും
കരിഞ്ഞു തീർന്നാൽ–
പൊറ്റകൾ കൊഴിയും

വേനലും വർഷവും
വസന്തവും ശിശിരവും
കാലങ്ങളെത്രയോ
മാറിമാറി വന്നാലും

മായാത്ത വടുക്കളായ്
തൊലിപ്പുറത്തും
നിണമൂറും ഓർമ്മകളായ്
ഉള്ളടരുകളിലും

മുറിപ്പാടുകൾ മാത്രം
കാലമെന്നേക്കും
കാത്തുവയ്ക്കും
മായാതെ, മായാതെ.

കരകൗശലം

അവൾ,
പൊയ്മുഖങ്ങളുടെ മൊത്തവില്പനക്കാരി
ആവശ്യക്കാരുടെ ഇംഗിതമറിഞ്ഞ്
മനോഹരമായി മുഖാവരണമൊരുക്കുന്നവൾ!

ഒരിറ്റാത്മാർത്ഥത മേമ്പൊടിചേർത്ത്
ജീവിതത്തിന്റെ രസക്കൂട്ടുകൾ
കുഴച്ചവളൊരുക്കിയതെല്ലാം സദൃശ-
കല്പനകൾ തോല്ക്കുന്ന മുഖവടിവുകൾ!

ഹൃദയനൊമ്പരങ്ങളാൽ വിലപിക്കുന്നവന്
മഞ്ചാടിമണിയുടെ സാന്ത്വനസ്പർശം
പ്രണയഭംഗത്താൽ വിവശനായവന്
പുതുരാഗത്തിൻ ഒളികൺനോട്ടം

സ്വപ്നങ്ങൾ പങ്കുവെക്കാൻ കൊതിച്ചവന്
സഹയാത്രികയുടെ സഹജഭാവം
ഏറ്റുപറച്ചിലിനിടമില്ലാത്തവന്
സൗഹൃദച്ചിരിയുടെ നറുംവെട്ടം

കടബാദ്ധ്യതയാൽ വഴിയടഞ്ഞവന്
പുതിയ പൊൻനാണയക്കിലുക്കം
കാമനകളുടെ മഹാഭാരമിറക്കേണ്ടവന്
അഴകളവുകളുടെ മായാരൂപം

ജീവിതതിരശ്ശീലയിലുമഭിനേതാവായവന്
തട്ടിക്കളിക്കാനൊരു കോമാളിമുഖം
മൗനത്തിലഭയം തേടുന്ന തപസ്വിക്ക്
പൂർവ്വാശ്രമത്തിലൊരു പെങ്ങളില.

തരാതരം പോലെയവൾ
മെനഞ്ഞ മുഖപടങ്ങളിലെല്ലാം
അറിയാതെ പുരണ്ടുപോയ് ചോരയും
കണ്ണീരും കിനാക്കളും.

അവ ചാലിച്ച വർണ്ണങ്ങളൊക്കെയും
കരകൗശലത്തിന്റെ മാസ്മരികതയായ്
മികവിന്റെ പ്രശംസാപത്രമായ്
കമ്പോളനടുവിലിന്നും വാഴ്ത്തപ്പെടുന്നു.

പഠനം

കനലിലൂടെയുള്ള പെൺനടത്തം

ഡോ. ഐറിസ് കൊയ്‌ലോ

മഹാമാരിയുടെ അതിവിദൂര ചരിത്ര സാദ്ധ്യതകളിലേക്ക് ഇടംതേടുന്നൊരു കാലമാണ് എഴുത്തുകാരെ കാത്തിരിക്കുന്നത്. സാംസ്കാരികമായി ബഹുസ്വരതയുടേതാകുന്ന നന്മകളെ മൊഴികളിലേക്ക് പകർത്തി ചരിത്രത്തിലേക്ക് കണ്ണിചേരുവാൻ വിധിക്കപ്പെട്ട പ്രവാചകരാകുന്നു എഴുത്തുകാർ. സാമ്രാജ്യശക്തികൾ വൈവിദ്ധ്യങ്ങളെ തകർത്ത് ഏകതാനമായി സ്വരുക്കൂട്ടിയ കുതിപ്പുകളെ നിശ്ചലമാക്കിക്കൊണ്ട് സൂക്ഷ്മാണുക്കൾ പകർത്തിയ കനത്ത വെല്ലുവിളിയിൽ ഉയിരിന് മറ്റൊന്നും പകരമാവില്ലെന്ന തിരിച്ചറിവിന്റെ മുനമ്പിലാണ് ലോകം. സമൂഹനിർമ്മിതമായ അധികാരഘടനകൾ ഇടിഞ്ഞുതാഴുന്ന, വിവേചനങ്ങൾ മാഞ്ഞുപോകുന്ന വർത്തമാനത്തിൽ, കാഴ്ചയിൽനിന്ന് മറഞ്ഞതെല്ലാം ഓരോന്നായി വെളിപ്പെടുകയാണ്. പ്രകൃതി വാശിയോടെ നടത്തുന്ന തിരിച്ചുവരവിനെ ഉൾക്കൊള്ളാൻ മനുഷ്യൻ ഇനിയും പഠിക്കേണ്ടിവരും. പ്രപഞ്ചത്തെ നിലനിർത്തുന്ന അഞ്ചവസ്ഥകളെയും മലിനമാക്കിപ്പിളർത്തിയ കൊടുംപാപക്കറകളെ കഴുകിയെടുക്കാൻ കൈവന്നൊരു കാലമാണിതെന്ന ചിന്തയ്ക്ക് എഴുത്തിന്റെ ലോകത്ത് വലിയ പ്രാധാന്യമാണുള്ളത്. വംശനാശം വന്നെന്ന് തള്ളിക്കളഞ്ഞവയുടെ മടങ്ങിയെത്തൽ മനുഷ്യവംശത്തിന്റെ നാശത്തിലേക്ക് വിരൽചൂണ്ടുന്നതായി മാറുകയാണ്. മരവിച്ച തിരിച്ചറിവുകൾ ഉണരുന്നു. വ്യവസ്ഥപ്പെടുത്തിയ എല്ലാ കോയ്മകളും അടിപതറുന്നു. അരികുകളിലേക്ക് ആട്ടിയകറ്റപ്പെട്ടവയുടെ തടഞ്ഞുനിർത്താനാവാത്ത കുത്തൊഴുകൾ പലപാട് പെരുകുന്നു. എഴുത്തിന്റെ പറഞ്ഞുവച്ച വ്യാകരണവും രാഷ്ട്രീയവും വകഞ്ഞുനീക്കി, ആഴ്ത്തപ്പെട്ട ചതുപ്പുകളിൽനിന്ന് എഴുത്തിടങ്ങൾ തന്നെ ആക്കത്തോടെ തലയുയർത്തി വരുന്നു. ഈ തകിടം മറിച്ചിലുകൾ പ്രകൃതിയുടെ തുലനാവസ്ഥയ്ക്ക് ഒഴിച്ചുകൂടാനാവാത്തവയാണ്.

അതിജീവിക്കാനുള്ള കരുത്തിന്റെയും കനിവിന്റെയും നിരവധിയായ എഴുത്തുകൾ ഇന്ന് വെളിപ്പെട്ട് കഴിഞ്ഞിരിക്കുന്നു. എഴുത്തുകാരികൾ പുതിയ വഴികൾ പരീക്ഷിക്കുക സ്വാഭാവികം. നിലവിലുള്ളവയിൽ പഴുതില്ലാതാകുമ്പോൾ വെട്ടം തേടുന്ന വഴികളൊരുക്കാതെവയ്യല്ലോ. ദൃശ്യകവിതകളുടെ മൊഴിയും നിറവും വരയുമൊന്നിക്കുന്ന ഒരു മൂന്നാംകണ്ണിന്റെ പകർന്നാട്ടത്തിലേക്ക് മലയാളത്തിന്റെ കവിതകൾ പരുവപ്പെട്ടു കഴിഞ്ഞിരിക്കുന്നു. പെണ്മയെ പൊതുവിടത്തിൽ തന്നെ നിലനിർത്താൻ മഹാമാരിക്കാലം സഹായിക്കുന്നു. വീടുകൾക്കുള്ളിലേക്ക് പിൻവാങ്ങേണ്ടി വന്നപ്പേൾ എല്ലാം അവിടെ തളയ്ക്കപ്പെടും എന്ന് നിനച്ചവർക്ക് തെറ്റി. പുറംലോകം വെടിയേണ്ടി വന്നപ്പോൾ അതിന്റെ എല്ലാദുരന്തവും പേറേണ്ടി വന്നത് സ്ത്രീകൾക്കാണ്. വീടിന്റെയും കുടുംബത്തിന്റെയും പരിപാലനമെന്ന രാപ്പകൽ ഇളവില്ലാത്ത ലോകം അക്രമത്തിന്റെയും ഒറ്റപ്പെടുത്തലിന്റെയും ഇരുളിടമായി അവൾക്ക്. മഹാമാരിയിൽ അശരണരെ പ്രത്യേകിച്ചും പ്രായംകൊണ്ടും ശാരീരിക ക്ലേശങ്ങൾകൊണ്ടും അശരണരായവരെ കൈവെടിയാം എന്ന മനഃക്കണക്കിൽ രാഷ്ട്രങ്ങൾ ചുവടുവയ്ക്കുമ്പോൾ അവരുടെ പരിചരണം വീടുകളിൽ സ്ത്രീകൾതന്നെ ഏറ്റെടുക്കേണ്ടതായി വരുന്നു. കുഞ്ഞുങ്ങൾ വീട്ടിനുള്ളിൽ കഴിയേണ്ടി വരുമ്പോൾ അവരുടെ മാനസിക പ്രശ്നങ്ങൾക്കും അവൾതന്നെ പരിഹാരം തേടേണ്ടിയും വരുന്നു.

മഹാമാരി തന്നിട്ടുപോകുന്ന മായാത്ത പാടുകൾ ഉടലിൽ മാത്രമല്ലെന്ന് മനസ്സിന്റെ താളപ്പിഴകൾ ഓർമ്മിപ്പിക്കുന്നു. ഒപ്പം കഴിയുന്നവരുടെ മനോവൈകല്യങ്ങൾ മുമ്പത്തെക്കാളധികം ലക്ഷ്യംവയ്ക്കുന്നതും സ്ത്രീകളെയാണ്. ക്രൂരതയുടെ പുതിയ പര്യായങ്ങൾ വീടിനുള്ളിലും തൊഴിലിടങ്ങളിലും പ്രായക്കണക്കിനെ വകഞ്ഞുമാറ്റി പെണ്ണിന്റെ നേർക്കായപ്പോൾ നിലനില്പിനുവേണ്ടി തിരിഞ്ഞുനിന്ന് പോരാടേണ്ടിവന്നു അവൾക്ക്. ഈ ആത്മപ്രതിരോധത്തിന്റെ എഴുത്തുകളാണ് മഹാമാരിയെ അടയാളപ്പെടുത്തുന്നത്. വാഴ്വ് ഒപ്പം തേടുന്ന ഒരോ തുടുപ്പിനെയും ആവുംവിധം പരിപാലിക്കാനുള്ള കരുണയും ഈ തീവിഴുങ്ങിപ്പക്ഷികളിൽ നിന്നുതന്നെ പിറവിയെടുക്കുകയാണ്. നിസ്സഹായതകൾ കരുണയിലേക്ക് ചാലുകീറുന്നു. വിട്ടുപോയവ തേടിപ്പിടിക്കുന്നു. ഒപ്പം കൂട്ടുകയും ഒന്നായിക്കാണുകയും ചെയ്യുന്ന പ്രകൃതി തന്നെയാകുന്ന ഒരു സംവേദനതലം ഇന്ന് എഴുത്തിൽക്കാണാം. വിഷാദാത്മകതയും നിരാശയും പിടിമുറുക്കുമ്പോഴും എഴുത്തിലൂടെ, വായനയിലൂടെ ജീവിതത്തെ തിരിച്ചുപിടിക്കുകയാണ് എഴുത്തുകാരികൾ.

ഇത്തരത്തിലുള്ള തിരിച്ചറിവുകളുടെ, പ്രതിരോധത്തിന്റെ വിളിച്ചുപറയലുകളുടെ പറഞ്ഞുറപ്പിക്കലുകളാണ് അജിദേവയാനിയുടെ വാക്കുകളെയും വരികളെയും മുനകൂർപ്പിച്ച് നിർത്തുന്നത്. 'മഴമരം പെയ്യുമ്പോൾ' എന്ന മുൻ കവിതാസമാഹാരത്തിൽ എഴുത്തിന്റെ ആദ്യ പടവുകളിലേക്ക് മനസ്സുറപ്പോടെ കടന്നുവരുന്ന കവിയെ നാം പരിചയപ്പെട്ടു. ആ പെയ്

ത്തിലൂടെ നേര് കൈമോശം വരുന്ന കണക്കുകളും പൊയ്മുഖങ്ങളും പകർന്ന പ്രണയത്തകർച്ചകളെ ഉയിരടക്കിയ ഉടലുമായി കവി എഴുത്തിലേക്ക് ഇറ്റിച്ചു. രണ്ടാമത്തെ ഊഴത്തിൽ കവിതകൾക്ക് 'തിരിച്ചുവരാത്ത യാത്രക്കാരിൽ ചിലർ' എന്ന് പേരിട്ടു. ഈ പേരുതന്നെ മാഞ്ഞുപോയവയെ, മായിച്ചുകളഞ്ഞവയെ തിരികെയെത്തിക്കാനുള്ള ഒരുവളുടെ പാതയൊരുക്കമായി കാണണം. ഒഴുക്ക് നിലയ്ക്കുന്നില്ലെന്നറിയുമ്പോഴും എതിരെ നീന്തുന്ന ഒരുവൾക്ക് ചിലതെല്ലാം വിളിച്ചുപറയാതിരിക്കാനാവില്ല, കണ്ടില്ലെന്ന് നടിക്കാനാവില്ല. ഇവിടെ ഒച്ചയില്ലാത്ത ഉടലടക്കങ്ങളെ ഉണർത്തിവിടുന്ന ഒരുവളെയാണ് വായിക്കാനാവുക. ഉയിരും ഉടലും തന്റേത് എന്നും ഈ പോരാട്ടത്തിൽ വഴിയിൽ വീണുപോയവരെല്ലാം താൻ തന്നെയായി പിറവി തേടുന്നെന്നുമുള്ള ഒരു അപരയുടെ ഇറങ്ങി നടത്തമാണ് അജി ദേവയാനിയുടേത്. അനുഭവങ്ങളാൽ പാകപ്പെട്ടുകഴിഞ്ഞ തന്മയെ ഇവിടെ കാണാം. അകത്തളങ്ങളിലെ നീറ്റലുകൾ പുറത്തു നോട്ടമെത്തിക്കുന്ന പെണ്മയുടെ കൂട്ടായ്മയാണ് അജി ദേവയാനിയുടെ എഴുത്തിന്റെ രാഷ്ട്രീയം. ചിലർ വഴികളിൽ വീണുപോയെങ്കിലും ഈ പുറപ്പാട് ഒടുങ്ങുന്നില്ലെന്നും തളരില്ലെന്നുമറിയുന്ന മഹാമാരിക്കാലത്തെ അതിജീവനമാണ് ഈ കവിതകൾ വിളിച്ചുപറയുന്നത്. ഇതെല്ലാം പ്രതിരോധത്തിന്റെ രാഷ്ട്രീയം തന്നെയാണ് പ്രകടമാക്കുന്നത്. 'അജി ദേവയാനി'എന്ന് പെൺ തന്മയെ തലമുറകളിലേക്ക് കണ്ണിചേർക്കുന്നതുതന്നെ എഴുത്തുകാരിയുടെ നിർവ്വചനം കാക്കുന്നു.

'അവൾ' എന്ന കവിത മലയാളത്തിൽ ഒരു പുതിയ ചരിത്രത്തിന്റെ കുറിച്ചിടലാണ്. തലമുറകൾ പിന്നിലേക്ക് പോയി, ചരിത്രത്തിന്റെ ഒളിയിടങ്ങളിൽ ചവിട്ടിത്താഴ്ത്തിയ പെൺവാഴ്വുകളുടെ കാലം തികയാത്ത മരണങ്ങളെ തിരികെയെത്തിക്കുന്ന ഈ അതിശക്തമായ കവിത ജീർണ്ണിച്ച മിത്തുകളെ പൊളിച്ചുകളയുകയാണ്. ചില വാഴ്വുകൾ അരളിവേരിലും നെന്മണിയിലും വിഷകയ്പ്പിലും കൈക്കരുത്തിലും തടവറയിലും പ്രണയനാട്യത്തിലും ഉറ്റവരുടെ തള്ളിപ്പറച്ചിലിലും മാനംചീന്തലുകളിലും ചോരയിറ്റിച്ച ചേർത്തുപിടിക്കലിലും തലൈയ്ക്കുത്തിലും ഉയിരടക്കാത്ത അതിജീവനങ്ങളാണ് എന്ന ചിന്ത ഫെമിനിസ്റ്റ് പ്രതിരോധത്തിന്റെ രാഷ്ട്രീയത്തിൽ നിന്നുതന്നെ പിറവികൊണ്ടതാണ്. കാലത്തെയും നാടിനെയും വേർതിരിക്കുന്നതെല്ലാം അഴിഞ്ഞുപോയാലും പെൺപിറവുകളോടുള്ള ഒടുങ്ങാത്ത കലി എത്ര മരണവഴികളെയാണ് തുറന്നിട്ടത്. അത്രയും വകഞ്ഞുമാറ്റാനുള്ള കരുത്താണ് ഈ മഹാമാരിയെ എഴുതാൻ കവിയ്ക്ക് തുണയാകുന്നത്. അമ്മവയറ്റിൽ വരുന്ന അപായക്കെണികളിൽനിന്ന് ഉടലഴിയാതെ കാക്കേണ്ട ഉത്തരവാദിത്വം ആരും വ്യക്തികളോ ഭരണകൂടമോ ആചാരങ്ങളോ പാരമ്പര്യമോ-ഏറ്റെടുക്കില്ല എന്നറിയുന്ന ഒരുവളുടെ അതിജീവനമാണിത്.

'വേട്ടക്കാർ' വിളിച്ചുപറയുന്നത് മൊഴിയുടെ നാൾവഴികളിലെങ്ങും മത-പ്രത്യയശാസ്ത്രങ്ങളിലെങ്ങും വാഴ്ത്തപ്പെട്ട എഴുത്തുകളിൽ കരകവിയുന്ന ആൺകോയ്മയിൽ ഇകഴ്ത്തിയ പെൺമിത്തുകളാണ്.

ഇതിഹാസ പുരാണാദികളിൽ താടകയും താത്രിക്കുട്ടിയും വാസവദത്തയും രേണുകയും സാവിത്രിയും കണ്ണകിയും ശീലാവതിയുമായി പകർന്നാടിയ ആൺകാഴ്ചയിലെ പെൺനിർമ്മിതികളെല്ലാം ഇരകൾ തന്നെയായിരുന്നു. നാം വായിച്ചറിഞ്ഞ പൈതൃകം തീർത്ത ഇരകൾ ഇന്നിലേക്ക് പൊഴിമുറിച്ച് കടക്കുകയാണ്. പീഡനങ്ങൾക്ക് പര്യായങ്ങൾ—കടമകൾ, പ്രണയം, ആസിഡ്, നാവരിയൽ, കുരുതി, അരുതുകൾ എന്നിങ്ങനെ പേരില്ലാത്ത ഇടമില്ലാത്ത വാഴ്വ് ഇന്നും തുടരുന്ന ഇരകൾ.

'തിരിച്ചുവരാത്ത യാത്രക്കാരിൽ ചിലരെ' ഓർക്കുമ്പോൾ ഈ വിധം ഇരയാക്കപ്പെട്ടവർ കൂടുതൽ തെളിമയോടെ സ്ഥലകാലരേഖകളിലൂടെ ഉണർന്നെണീക്കുന്നത് തുറന്നു പറയാതിരിക്കാനിനി ആവില്ല എന്നാണ് ഈ എഴുത്തിന്റെ നിലപാട്. പത്രമാധ്യമ വാർത്തകൾ ഊതിക്കത്തിച്ച് ആണിയടിച്ച് അടക്കം ചെയ്തവരെ ഒരു പെണ്ണിനും മറക്കാനാവില്ല. ദൈവപ്പുരയിലെ ചിത്രശലഭം മുതൽ കരിനാഗം കൊത്തിയ നിസ്സഹായതവരെയുള്ള രക്തസാക്ഷികളെ മറന്ന് ഒരു പെണ്മയും കണ്ണടച്ചുറങ്ങില്ല എന്ന ചിന്തയും കരുത്തുള്ള പാടൽ തന്നെ. ചിലപ്പതികാരങ്ങളുടെ ഒടുവിലത്തെ താളുകൾ മാത്രമേ ഇനി ബാക്കിയാകുന്നുള്ളൂ.

അജി ദേവയാനിക്ക് കവിതയെഴുത്ത് കരയിൽ പിടഞ്ഞ് ഒഴുക്കിലേക്ക് കുതിക്കുന്ന മീനിന്റെ നിലനില്പാണ്. അതില്ലാതെ പുലരാൻ വേറെ വഴിയില്ല എന്ന തിരിച്ചറിയൽ. അതിനാൽ ഭൂമിക്കടിയിലൂടെ ഒഴുകുന്നൊരു അശാന്ത ചരിത്രപ്പുഴയെ നിരന്തരം തോറ്റിയുണർത്തുക എന്ന കർമ്മം അജിയെപ്പോലുള്ള എഴുത്തുകാരികൾ ഗൗരവമായി കാണുന്നു. ദേവതകൾ അധിവസിക്കുന്ന ഈ മണ്ണിൽത്തന്നെ പിറവിയെടുത്ത കുറ്റത്തിന് വാഴ്വ് പണയപ്പെടുത്തി ശിക്ഷയേല്ക്കേണ്ടിവന്നവരുടെ ചെറുത്തുനില്പ് കാണാതെയും അറിയാതെയും പോകാനാകില്ല. ഈ പോരാട്ടത്തിൽ എവിടെയോവെച്ച്-

"നാല്ക്കൂട്ടപ്പെരുവഴിയിൽ
മറുമൊഴികളില്ലാതെ
ഞാനും പകച്ചു നില്ക്കുന്നു
അമ്മയുടെ നേർരൂപമായ്!" (അമ്മ)

എന്ന കടന്നുപോകലിന്റെ നേരം ഓർത്തെടുക്കുമ്പോഴും കണ്ണിചേരാനായതിൽ നേര് കാണുകയും നിലക്കണ്ണാടി കാട്ടുന്ന ഉടലിന്റെ കാലപാകത്തെ അപരിചിതമെന്നെണ്ണുകയും ചെയ്യുന്ന കവിക്ക് ചരിത്രകാരന്മാരും സാമൂഹിക ശാസ്ത്രജ്ഞരും നിർദ്ദേശിക്കുന്ന റെമഡികളിലും (remedy) പരിഹാരങ്ങളിലും (solutions) വിശ്വസിക്കാനാകില്ല. മരുഭൂമികളിൽ നേർക്കാഴ്ചകൾ വിളിച്ചു പറയുന്നവരുടെ സ്വരമാകാൻ പിറവിയെടുത്തവരുടെയൊപ്പമാണ് ഈ കവിയും.

'മരണത്തിന്റെ ഒത്ത നടുവിലായിരിക്കുമ്പോഴും ഞങ്ങൾ ജീവിതത്തിലാണ്' എന്ന് തലയുയർത്തുന്ന പെൺവാഴ്വുകളെ കോയ്മയുടെതല്ലാത്ത മൊഴികളിൽ ചേർത്ത് മരണമില്ലാതാക്കുന്ന 'ഇന്ദ്രജാലം' എന്ന് അഭിനന്ദനത്തോടെ ഈ എഴുത്തിനെ ഞാൻ തിരിച്ചറിയുന്നു.